அம்பானி

ஒரு வெற்றிக் கதை

அம்பானி

ஒரு வெற்றிக் கதை

என். சொக்கன்

கிழக்கு

அம்பானி : ஒரு வெற்றிக் கதை
Ambani : Oru Vetri Kadhai
N. Chokkan ©

Third Edition : June 2007
Previous Editions : April 2004, May 2005
168 Pages
Printed in India.

ISBN: 978-81-8368-046-2
Title No: Kizhakku 001

Kizhakku Pathippagam
177/103, First Floor,
Ambal's Building, Lloyds Road,
Royapettah, Chennai 600 014.
Ph: +91-44-4200-9603

Email : support@nhm.in
Website : www.nhm.in

Author's Email : nchokkan@gmail.com

Printed in India by Repro India Ltd., Navi Mumbai

Kizhakku Pathippagam is an imprint of New Horizon Media Private Limited

சமர்ப்பணம்

என் அன்பு மனைவி
உமாவுக்கு.

முன்னுரை

'கனவு காணுங்கள்' என்னும் வாசகம், இந்தியா எங்கும் மிகுந்த புகழ் பெற்றுக்கொண்டிருக்கும் காலக்கட்டம் இது. நமது குடியரசுத் தலைவர் ஏ.பி.ஜே. அப்துல் கலாம் அவர்கள் சொன்ன இந்த அறிவுரையை, மக்கள் தீவிரமாக அலசி, ஆராய்ந்து, வியந்து கொண்டிருக்கிறார்கள்!

கிட்டத்தட்ட அரை நூற்றாண்டுக்கு முன்னதாகவே இந்தத் தத்துவத்தை ஏற்று, வாழ்வின் ஒவ்வொரு கட்டத்திலும் அதைத் தவறாமல் பின்பற்றி, தனது மிகப்பெரிய கனவுகளையெல்லாம் கடும் உழைப்பின் மூலம் நனவாக்கி சிகரத்துக்கு உயர்ந்த மனிதர் ஒருவர் நம் இந்தியாவிலேயே உண்டு. அவர்தான் திருபாய் அம்பானி.

''வறுமை நிலைக்குப் பயந்துவிடாதே, திறமை இருக்கு மறந்து விடாதே'' என்று பட்டுக்கோட்டை கல்யாணசுந்தரம் ஒரு சினிமாப்பாடலில் எழுதினார். அந்தத் திறமையோடு, தனது எதிர்காலத்தைப் பற்றிய வளமான கனவுகள் காணும் ஆற்றலும் சேர்ந்துகொண்டால், ஒரு மனிதன் எப்படிப்பட்ட உயரங்களுக் கெல்லாம் செல்லமுடியும் என்பதற்கான சமீபத்திய உதாரணம், திருபாய் அம்பானி.

குஜராத்தில் பிறந்து, மும்பையில் தொழில் தொடங்கி, இந்தியா வின் தலைசிறந்த தொழிலதிபராக விளங்கியவர் அம்பானி. அவரைப்பற்றி நமது வடஇந்திய நண்பர்கள் அறிந்திருக்கும் அளவு, தமிழர்களுக்குப் பரிச்சயமில்லாதிருக்கலாம்.

மாநில எல்லைகளைக் கடந்து, நாம் எல்லோருமே வாசித்து அறியவேண்டியவர் அம்பானி. 'சுயமுன்னேற்றம்' என்பதன்

நேரடி உதாரணமாக அவரைச் சொல்லலாம். எந்தப் பின்புலமும் இல்லாமல், யாருடைய வழிநடத்துதலும் இல்லாமல், தன் கையால் தானே கரணமிட்டு ஒருவர் இந்த அளவு முன்னேறி இருக்கிறார் என்றால், அவருடைய வாழ்க்கையில் 'ஏதோ' இருக்கவேண்டும். இல்லையா?

இந்த நூல், அந்த 'ஏதோ'வை விரித்துப் பொருளுரைக்க முயற்சி செய்துள்ளது!

இந்நூலுக்குத் தேவைப்பட்ட பல பத்திரிகைக் குறிப்புகளை, அதிவேகத்தில் அனுப்பி உதவிய அன்பு நண்பர் ஆங்கரையான், தொழில்துறை தொடர்பான என்னுடைய சந்தேகங்களுக்குப் பொறுமையாக விளக்கமளித்த நண்பர் இகாரஸ் பிரகாஷ் ஆகியோருக்கு நானும் இந்த நூலும் கடன்பட்டிருக்கிறோம். இந்தக் கடன் அன்பை முறிக்காது என்ற நம்பிக்கையுடன், அவர்கள் இருவருக்கும் என் நன்றிகள்!

எதையேனும் எழுதுவது என்று தொடங்கிவிட்டால், வீட்டில் இருந்தும் இல்லாத உறுப்பினனாகக் காணாமல் போய்விடுவது என் வழக்கம். ஒரே நேரத்தில் இரண்டு விஷயங்களைக் கையாளும் லாகவம் எனக்கு இன்னும் கைவரவில்லை. இப்படி நான் அடிக்கடி காணாமல் போவதன் பொறுப்பின்மையை, 'கண்டுகொள்ளாமல்' சகித்துக்கொண்டிருக்கிற என் அன்பு மனைவி உமாவுக்கு நன்றி!

''இந்தியாவுக்கு ஓர் அம்பானி போதாது, என்னைப்போல் ஆயிரம் பேர், பத்தாயிரம் பேர் தேவை!'' என்று ஒரு சந்தர்ப்பத்தில் அம்பானியே குறிப்பிட்டிருக்கிறார். இந்தப் புத்தகம் அப்படி இன்னுமொரு அம்பானியை உருவாக்க உதவினால், நான் பெரு மகிழ்ச்சி அடைவேன்.

என்றும் அன்புடன்,

என். சொக்கன்

பெங்களூர்.

ஒன்று

அன்றைக்குத்தான் பெரிய முதலாளி வருகிற நாள். ஆகவே, விளம்பரத் துறையிலிருந்த எல்லோரும் பரபரப்பாகச் சுற்றிக்கொண்டிருந்தார்கள்.

வருகிறவர் சாதாரணமானவரில்லை; தன்னந்தனியராக இந்த மிகப்பெரிய நிர்வாகத்தைத் தோள்களில் தாங்கிக் கொண்டிருக் கிறவர். ஏற்றுமதித் துணிகளுக்கான வண்ணங்கள், வடிவமைப் பில் தொடங்கி, கேன்டீன் சப்பாத்திக்கான கோதுமை மாவு வரையில் எதிலும் பரிசுத்தத்தையும் தரத்தையும் எதிர்பார்க் கிறவர். வேலையில் ஒரு சிறிய பிசிறு இருக்குமானாலும் அதை உடனடியாக சுட்டிக்காட்டிக் கேட்கத் தயங்காதவர். அதே சமயம் சரியாகச் செய்து முடித்துவிட்டால் அந்த இடத்திலேயே கட்டிப்பிடித்துப் பாராட்டவும் யோசிக்கமாட்டார்!

அவரது நிறுவனங்களைப் பொறுத்தவரை, சிறிய, பெரிய சமாசாரங்கள் எதுவானாலும், அவர் ஒப்புதல் அளித்த பின்னர் தான் அரங்கேறும். அவருக்குத் திருப்தி உண்டாகவில்லை யென்றால், எத்தனை முறையானாலும், திரும்பத் திரும்ப செய்துகொண்டிருக்கவேண்டியதுதான். இந்த விஷயத்தில் மட்டும் சமரசம் என்கிற பேச்சுக்கே இடமில்லை. தான் விரும்புகிற தரம் வரும்வரையில் விடவே மாட்டார் மனிதர்.

அந்த முதலாளிதான், இன்றைக்கு விளம்பரத் துறையைப் பார்க்க வருகிறார். நேற்றுதான் சில முக்கியமான பத்திரிகை விளம்பரங்கள் தயாராகியிருக்கின்றன. அவர் வந்து, அவற்றைப் பார்த்துவிட்டு லேசாகத் தலையசைத்தால் போதும். அங்கிருக்கும் எல்லோருக்கும் நிம்மதி. இல்லையென்றால், மறுபடி பூஜ்ஜியத்திலிருந்து ஆரம்பிக்கவேண்டும். அந்த

டென்ஷனில்தான் ஒவ்வொருவரும் உட்காரமாட்டாமல் தவித்துக் கொண்டிருக்கிறார்கள்!

எப்போதும் சொன்ன நேரத்துக்குச் சரியாக வருகிறவர் முதலாளி. இன்றைக்கும் அவ்வாறே வந்தார். அலுவல் பாவனை தாண்டிய, நேச முகத்துடன் எல்லோரையும் புன்னகையில் நலம் விசாரித்தார். அந்தச் சிரிப்பின் சுவடுகளுடனே, அவரது இருக்கையின் முன் வைக்கப்பட்டிருந்த விளம்பர புரூஃப்களில் மூழ்கிப் போனார்.

முள்களின்மேல் கடிகாரம் ஏறிக்கொண்டுவிட்டதுபோல் சில நிமிடங்கள் நெருப்பாகக் கழிய, ஒருவழியாக முதலாளியின் மௌனம் முடிவுக்கு வருகிறது. 'வெரி குட்' என்னும் வெளிப்படையான பாராட்டுடன் தொடங்கியவர், ''எல்லா டிசைன்களும் நல்லா வந்திருக்கு!'' என்கிறார் மலர்ந்து சிரித்தபடி. தொடர்ந்து, சில நுணுக்கமான திருத்தங்களையும் சொல்கிறார். இவற்றைச் சரி செய்த பிறகு, நேரடியாகப் பத்திரிகைகளுக்கு அனுப்பிவிடலாம் என்கிறார்.

நிம்மதியும் பெருமையும் கலந்த சிரிப்புடன் விளம்பரக் குழு வினர் அவருக்கு நன்றி சொல்கிறார்கள்; அவரும் அவர்களுக்கு நன்றி தெரிவிக்கிறார். தொடரும் சில சிநேகக் கை குலுக்கல் களுக்குப் பின் அவர் கிளம்பத் தயாராகிறார்.

அப்போது, விளம்பரக் குழுவிலிருந்த ஓர் இளைஞன், அவர் முன்னே வந்து நிற்கிறான். ஏதோ பேச விரும்புகிற, ஆனால் தயக்க முகபாவம். அதைப் புரிந்துகொள்ளும் முதலாளி, ''என்ன சார் விஷயம்?'' என்று அக்கறையுடன் விசாரிக்கிறார். ப்யூனிலிருந்து எல்லோரையும் 'சார்' சொல்லியழைப்பது அவரது பணிவான வழக்கம்!

''உங்ககிட்ட ஒரு யோசனை சொல்லணும் சார்'', அவன் பேசி முடிப்பதற்குள், பின்னாலிருந்து லேசான சலசலப்பு. முதலாளி யின் கோபப்பார்வையில் அவர்கள் அடங்கிப் போகிறார்கள். ''சொல்லுங்க சார், என்ன யோசனை சொல்லப் போறீங்க?''

அந்த இளைஞன் லேசாக எச்சில் விழுங்கிக்கொண்டு, பிறகு பேசுகிறான். ''சார், நான் நாலு வருஷமா இந்த மார்க்கெட்டிங் பிரிவுல வேலை பார்க்கறேன். நம்ம கம்பெனியோட தயாரிப்பு களுக்கு ஏகப்பட்ட விளம்பரங்கள் பண்றதால, நாங்களும் சுறுசுறுப்பா வேலை செஞ்சுகிட்டிருக்கோம். ஆனா...''

‘‘ஆனா?’’ முதலாளியின் புருவ நெரிப்பில் அந்த இளைஞன் பயந்துபோகிறான். ஆனாலும் தொடர்ந்து பேசுகிறான், ‘‘திறமைசாலிங்க பல பேர் இருக்கிற இந்த மார்க்கெட்டிங் குரூப்பை, நம்ம கம்பெனியோட விளம்பரங்களுக்காக மட்டும் பயன்படுத்தறது போதாதுன்னு தோணுது சார். ஏன் சொல்றேன்னா, இங்கே இருக்கிற எல்லோருமே நல்ல கிரியேட்டிவ்வான ஆசாமிங்க. அவங்களைத் திரும்பத் திரும்ப டெக்ஸ்டைல்ஸ் விளம்பரமே பண்ணிட்டிருக்கச் சொன்னீங்கன்னா, அவங்களோட மூளையை முழுசாப் பயன்படுத்திக்கறதுக்கான வாய்ப்புகள் எப்படிக் கிடைக்கும்?’’

அவன் சொல்வதைக் கூர்மையாகக் கேட்கும் முதலாளியின் முகம் லேசாகச் சுருங்கியிருக்கிறது. அவனுக்குப் பின்னே மீண்டும் சலசலப்புகள் தொடங்குகின்றன.

இந்த அதிகப்பிரசங்கி நம் வேலைக்கு வேட்டு வைத்து விடுவானோ என்று எல்லோரும் பயப்படுகிறார்கள்.

பிறகென்ன, மாதாமாதம் ஒழுங்காகச் சம்பளமும் பிற வசதிகளும் செய்து தருகிற கம்பெனிக்கு விசுவாசமாக, கொடுத்த வேலையை ஒழுங்காகச் செய்துகொண்டிருப்பதை விட்டு விட்டு, எனக்கு கிரியேட்டிவிட்டிதான் வேண்டும் என்று பிடிவாதம் பிடித்தால், எந்த முதலாளிக்குத்தான் கோபம் வராது?

இந்த முதலாளிக்குக் கோபம் வரவில்லை. மாறாக, யோசனை சொன்ன இளைஞனைத் தோளில் தட்டிக்கொடுத்துச் சிரித்தார் அவர். ‘‘நீங்க சொல்றது சரிதான் சார். ஒரே மாதிரியான வேலையைத் தொடர்ந்து செஞ்சுகிட்டிருக்கிறது, உங்களை மாதிரி ஆள்களுக்குக் கஷ்டம்தான்’’ என்கிறார். தொடர்ந்து, ‘‘சரி, அதுக்கு என்ன பண்ணலாம்ன்னு சொல்றீங்க? அதுக்கும் நீங்களே ஏதாவது நல்ல யோசனை வெச்சிருப்பீங்களே?’’

அந்த இளைஞன் நிம்மதிப் பெருமூச்சுடன் சிரிக்கிறான். ‘‘யெஸ் சார், அதுவிஷயமாத்தான் உங்ககிட்ட இன்னிக்குப் பேசணும்னு நினைச்சேன்’’ என்கிறான் உற்சாகமாக. ‘‘அதாவது சார், நம்ம கம்பெனியோட விளம்பரங்களுக்காக மட்டுமில்லாம, பிற நிறுவனங்களும், இந்த குரூப்பை பயன்படுத்திக்கிற மாதிரி ஒரு பொதுவான விளம்பரக் கம்பெனியா இதை மாத்தினா என்ன?’’

முதலாளிக்கு அந்த யோசனை பிடித்திருப்பது அவருடைய தொடரும் சிரிப்பில் தெரிகிறது. ''நல்ல விஷயம்தான்; கண்டிப்பா செய்யலாம். அப்பதான் உங்க திறமைக்கும் நல்ல தீனி கிடைக்கும்'' என்கிறார் அவர். ''உடனடியா ஒரு புது விளம்பர ஏஜென்ஸி ஆரம்பிக்கிறதுக்கான ஏற்பாடுகளை நீங்களே செய்யுங்க. அதுக்கான எல்லா உதவிகளையும் நான் பண்றேன். நம்ம கம்பெனியே உங்களோட முதல் கஸ்டமரா இருக்கும்!'' என்றும் அறிவிக்கிறார்.

யோசனை சொன்ன இளைஞன் உள்பட, அங்கிருக்கும் எல்லோருமே ஆச்சரியத்தில் வாயடைத்துப்போய் நிற்கிறார்கள். அவரது அலுவலகத்தினுள் நின்றுகொண்டு, அவரிடமே சம்பளம் வாங்கிக்கொண்டு, ''எங்களுக்கு நீங்கள் சரியானபடி வேலை தருவதில்லை'' என்று அவரையே குற்றம்சாட்டிப் பேசிய பிறகும்கூட, கோபப்படாமல், இப்படி ஊக்கம் தந்து ஆசிர்வதிப்பதற்கு எத்தனை பெரிய மனது வேண்டும்!

இத்தனைக்கும் அவர் சாதாரண மனிதரா? நான்கே நான்கு இயந்திரங்களுடன் நூற்பாலை தொடங்கி, அப்படியே ஏற்றுமதி மார்க்கெட்டை வளைத்துப்போட்டு ஒரு வழி பண்ணிவிட்டு, அதே கையோடு உள்ளூரிலும் பாலியெஸ்டர் ஆடைகளை அறிமுகப்படுத்தி, பலமடங்கு லாபமும் பெயரும் புகழும் பார்த்துவிட்டவர். இந்தியாவெங்கும், கடைகளில் அவரது கம்பெனியின் ஆடைகளும் ஷேர் மார்க்கெட்டில் அவரது கம்பெனிப் பங்குகளும் மசால் வடை போல வந்த வேகத்தில் விற்றுத் தீர்கின்றன. சமீபத்தில்தான் உலக வங்கியும் இன்னும் சில வெளிநாட்டுப் பத்திரிகைகளும் அவருடைய நூற்பாலைகளைப் பார்வையிட்டுவிட்டு, 'ஃபர்ஸ்ட் கிளாஸ்' என்று சான்றிதழ் தந்து பாராட்டிவிட்டுப் போயிருக்கின்றன!

அப்படியொரு மகா மனிதர், தன்னிடம் வேலை பார்க்கிற ஒரு சாதாரண இளைஞனின் கருத்துக்கு மதிப்புக் கொடுத்து, அதிலிருக்கும் நியாயத்தையும் ஏற்று, ஊக்குவிக்கிறார் என்றால் என்ன காரணமாக இருக்கும்?

ஒரே ஒரு காரணம்தான். இத்தனை வளர்ச்சியும் ஒரு சிறிய புள்ளியிலிருந்துதான் தொடங்கியது என்று அவருக்குத் தெளிவாகத் தெரிந்திருந்தது! எத்தனை உயரத்துக்குச் சென்றபோதும், தன்னுடைய வேர்களை அவர் என்றைக்கும் மறந்ததே இல்லை!

இந்த இளைஞனின் வயதில் தான் இருந்தபோது, புதுப்புது முயற்சிகளுடன், யோசனைகளுடன், ஆசைகளுடன், கனவு களுடன், திறமைகளுடன், அதற்கான வாய்ப்புகள் கிடைக்காதா என்று ஒவ்வொரு கதவாகத் தட்டிப்பார்த்துக்கொண்டு தேடி அலைந்ததை அவர் இன்னும் நினைவில் வைத்திருந்தார். அதனால்தான், 'ஏதேனும் புதிதாக, பெரிதாகச் செய்ய வேண்டும்' என்கிற அந்த இளைஞனின் தாகத்தை அவரால் நன்கு புரிந்துகொள்ள முடிந்தது.

சீக்கிரமே முதலாளியின் ஆசிகளுடன் அந்த விளம்பரப்பிரிவு கலைக்கப்பட்டு, 'முத்ரா கம்யூனிகேஷன்ஸ்' என்ற புதிய நிறுவனம் உருவாக்கப்பட்டது. அப்போது, அதன் பொறுப்பாளர் களுக்கு, முதலாளி சொன்ன ஒரே ஓர் அறிவுரையை அவரது மொத்த வாழ்க்கையின் சாராம்சம் என்றே சொல்லிவிடலாம்:

''நீங்கள் எடுத்துக்கொள்கிற துறை எதுவானாலும் பரவா யில்லை. அதில் இதுவரை பணியாற்றியவர்கள் எல்லோரும் சேர்ந்து, என்னவெல்லாம் சாதித்தார்களோ, அவற்றுக்கெல்லாம் மேலாக, இன்னும் பெரிதாக நீங்கள் ஏதாவது செய்யவேண்டும். இந்த ஒரே ஒரு நோக்கத்துடன் பாடுபடுங்கள். பெரிதாக, மிகப்பெரிதாகக் கனவு காணுங்கள், அதை நிறைவேற்றுங்கள்!''

ஒரு மிகப்பெரிய நிறுவனத்திலிருந்து பிரிந்து வந்து, தங்க ளுடைய பழைய முதலாளியையே முதல் (மற்றும் ஒரே) வாடிக்கையாளராகக்கொண்டு, மும்பையின் ஒரு சின்னஞ்சிறு அறையில் தொடங்கப்பட்ட அந்த 'முத்ரா கம்யூனிகேஷன்ஸ்', இன்றைக்கு இந்தியாவின் மிகச்சிறந்த ஐந்து விளம்பர நிறுவனங்களுள் ஒன்றாக வளர்ந்திருக்கிறது! ('ஐ லவ் யூ, ரஸ்னா' என்று இந்தக் காலக் குழந்தைகளும் கொஞ்சுகிறார்களே. அது முத்ராவின் விளம்பரம்தான்!)

முத்ராவின் நிறுவனர் ஏ.ஜி. கிருஷ்ணமூர்த்தி, 1999-ம் ஆண்டு, விளம்பரத்துறைக்கான வாழ்நாள் சாதனையாளர் விருது பெற்றார். அந்த விழாவில் அவர் நிகழ்த்திய ஏற்புரையில், தனக்கு ஊக்கமும் முதல் வாய்ப்பும் கொடுத்த முதலாளியை வாயாரப் புகழ்ந்தார். ''தன்னிடம் வேலை செய்கிறவர்களின் திறமையில் அவர் வைத்த நம்பிக்கைதான், இன்றைக்கு நானும், முத்ராவும் செய்திருக்கிற எல்லா சாதனைகளுக்கும் முதல் மற்றும் முக்கியமான காரணம்!'' என்றார்.

அந்த முதலாளி தூங்காமல் கனவு கண்டால், நம்பிக்கையுடன் அந்தக் கனவை நோக்கி, தளர்ந்துவிடாமல் பயணம் சென்றால் சாதாரண வெற்றியில்லை; மிகமிகப் பெரிய வெற்றிகளை யெல்லாம்கூட சர்வசாதாரணமாகப் பெறலாம் என்று திரும்பத் திரும்ப நிரூபித்தவர். தனது வெற்றிகரமான வாழ்க்கையின் மூலம் ஒவ்வொரு இந்தியனுக்கும் நம்பிக்கையூட்டிய மனிதர். 'திருபாய் அம்பானி' என்று செல்லமாக அழைக்கப்படும் தீரஜ்லால் ஹீராசந்த் அம்பானி.

கவிதையில் மரபுக் கவிதை, புதுக்கவிதை என்று இருப்பதைப் போலத் தொழில் முனைவோர்களிலும் இரண்டு வகை உண்டு. மரபு வழிவந்த தொழிலதிபர்கள், புதுத் தொழிலதிபர்கள்!

முதலாவது வகையினர், தங்களது அப்பா அல்லது தாத்தா அல்லது கொள்ளுத்தாத்தா அல்லது இவர்கள் எல்லோருமாகச் சேர்த்துவைத்த செல்வத்தின் சௌகரியத்துடனே இந்த பூமியில் வந்து பிறக்கிறவர்கள். வாயில் வெள்ளி அல்லது தங்கக் கரண்டியுடன், 'ஹாய் மாம், ஹவ் ஆர் யூ?' என்று ஆங்கிலத்தில் குசலம் விசாரித்துக்கொண்டே பிறக்கிற இவர்கள், நல்ல வசதியுடனும் மிக உயர்ந்த கல்வியுடனும் அட்டகாசமாக வளர்கிறார்கள். உள்நாட்டிலோ, வெளிநாட்டிலோ படிப்பை முடித்த பதினெட்டாவது விநாடிக்குள் தங்களது பரம்பரை நிறுவனத்திலேயே உயர் பதவியில் சேர்ந்து, வாரிசு முறைப்படி நேரடி முதலாளிகளாகி விடுகிறார்கள். அதன்பின், அவரவர் திறமையைப் பொறுத்து, முன்னோர்கள் சேர்த்த சொத்தை ஆக்கவோ, அழிக்கவோ அல்லது அப்படியே வைத்திருக்கவோ செய்கிறார்கள்!

புதுத் தொழிலதிபர்களின் கதை இதற்கு நேரெதிரானது, இவர் களில் பெரும்பாலானவர்கள் மத்திய அல்லது அடித்தட்டு வர்க்கத்தைச் சார்ந்த குடும்பங்களில் பிறந்தவர்கள். பொருளாதார ரீதியில் பின்தங்கியிருக்கும் காரணத்தால், இவர்களைச் சுற்றியிருக்கும் பெரும்பாலானோர் சுமாரான படிப்பு, அதில் நல்ல மார்க், கவர்ன்மென்ட் சம்பளம், வரதட்சணை கொடுத்தோ, கொடுக்காமலோ கல்யாணம், குழந்தைகள், நிறைய பணத்துடன் ரிடையர்மென்ட், தள்ளாத வயதுக்குள் ஒருமுறையேனும் காசி விஜயம், கஷ்டமில்லாத சாவு என்று குறுகிய இலக்குகளிலேயே வாழப் பழகிவிட்டவர்கள். ஆனாலும், அவர்களுக்கிடையே, இந்த அதிசயர்களுக்குத் தொழில் முனையும் ஆர்வம் எப்படியோ

வந்துவிடுகிறது. பிறரிடம் கை நீட்டிச் சம்பளம் வாங்கும் அற்ப வாழ்க்கையில் ஆர்வமிழந்தவர்களாக, பிறருக்குச் சம்பளம் தரும் அளவுக்கு வளர்கிற ஆசை கொள்கிறார்கள். அரசாங்கம் அல்லது வங்கிகளிடம் சிறுதொழில் கடனுக்காக மன்றாடி, அலைந்து, லஞ்சம் தரவேண்டியிருந்தால் தந்து, அப்படிக் கிடைக்கும் கடனில் சின்னஞ்சிறு தொழில் தொடங்கி, ஜென்ம சாபல்யம் அடைகிறார்கள். இதற்குள் அவர்கள் வயதாகி, தேகம் தளராமல் இருந்தால், அதற்குமேலும் கொஞ்சம் சாதிக்கலாம். உள்ளே ஜெயிக்கிற வெறி எரிந்து கொண்டேயிருந்தால், இன்னும் கொஞ்சம் மேலே போகலாம்!

எது எப்படியாயினும் மரபுத் தொழிலதிபர்களோடு ஒப்பிடுகையில், புதுத் தொழிலதிபர்களுக்கு அதிர்ஷ்டம் குறைவுதான். அவர்களுக்குச் சாதாரணமாகக் கிடைத்துவிடுகிற பணமும் கல்வியும் வசதி வாய்ப்புகளும் இவர்களுக்குப் பெரிய போராட்டத்துக்குப் பின்னரே வாய்க்கிறது என்பதால், புதுத் தொழிலதிபர்களால் ஓரளவுக்குத்தான் சாதிக்க முடிகிறது!

ஆனால் இந்த விதிமுறைகள், கணக்குகளையெல்லாம் அடியோடு மாற்றிப்போட்டு சாதனைகள் படைத்த புதுத் தொழிலதிபர்களும் பலர் உண்டு. இந்தியாவில் அப்படியொரு 'பளீச்' உதாரணமாக, திருபாய் அம்பானியைச் சொல்லலாம். குஜராத் மாநிலத்தில் ஒரு குக்கிராமத்தில், ஏழை வாத்தியார் ஒருவருக்கு மகனாகப் பிறந்து, வசதியில்லாத காரணத்தால் படிப்பைப் பாதியில் நிறுத்தி, குழந்தைத் தொழிலாளியாகி மெல்ல மெல்லத் தன்னுடைய திறமையையும் கனவுகளையுமே முதலீடாகக் கொண்டு போராடி, நாட்டின் மிகச் சிறந்த தொழிலதிபராக உயர்ந்தவர் திருபாய் அம்பானி!

திருபாய் அம்பானியின் சொந்த ஊர், குஜராத் மாநிலம், சௌராஷ்டிரா பகுதியிலிருக்கும் சோர்வாட். திருபாய் அம்பானியின் பிறந்த தினம் 1932-ம் ஆண்டு, டிசம்பர் 28-ம் தேதி. இவருடைய அப்பா ஹீராசந்த் கோவர்தன்தாஸ் அம்பானி உள்ளூர்ப் பள்ளிக்கூடத்தில் ஆசிரியர். அம்மா ஜமுனாபென். இவர்களுக்கு திருபாய் மூன்றாவது பிள்ளை. உடன் பிறந்தவர்கள் நான்கு பேர். இரண்டு சகோதரர்கள், இரண்டு சகோதரிகள்.

ஹீராசந்த் கோவர்தன்தாஸ் அம்பானி கண்டிப்பான ஆசிரியர் என்று ஊருக்குள் நல்ல பெயரெடுத்தவர். ஆனால் பாவம்,

அவருக்கு வருகிற சொற்ப சம்பளம் குடும்பத்தைக் காப்பாற்றப் போதாததால், வீட்டில் எப்போதும் கஷ்ட ஜீவனம்தான்! ஆனாலும், எப்படியோ சிரமப்பட்டு தன் பிள்ளைகளைப் பள்ளிக்கு அனுப்பிக்கொண்டிருந்தார் அந்த ஏழை ஆசிரியர்.

திருபாய் பள்ளியில் சுமாரான மாணவர்தான். குறிப்பாக, கணக்குப் பாடம் அவரை அதிகமாகவே சிரமப்படுத்தியது. ஜீவாபாய் ராதோட் என்கிற தனது நண்பரின் உதவியால் தட்டுத் தடுமாறி ஒவ்வொரு வகுப்பாகச் சமாளித்து 'பாஸ்' செய்துகொண்டிருந்தார் அவர்.

பள்ளிக்கூடம் முடிந்து வீட்டுக்குள் வந்துவிட்டால் திருபாயைப் போல ஒரு நல்ல பையனைப் பார்க்கவே முடியாது. மற்ற பிள்ளைகள் செய்ய மறுக்கிற வீட்டு வேலைகளையெல்லாம்கூட திருபாய் ஆர்வத்துடன் செய்வார். இது தவிர, குடும்ப வறுமையை உத்தேசித்து, சனி, ஞாயிற்றுக்கிழமைகளில், ஒரு புதிய தொழில் தொடங்கி நடத்திக் கொண்டிருந்தார் அவர்!

பொதுவாகவே குஜராத்திகளுக்கு தொழில் வணிகத் துறையில் நல்ல ஆர்வமும் ஈடுபாடும் இருக்கும் என்று சொல்வார்கள். அதனால்தானோ என்னவோ, அந்த அரை டிராயர் வயதிலேயே மிகுந்த பொறுப்புணர்ச்சியுடன் அவர் தன்னுடைய ஓய்வு நேரத்தைக் குடும்பத்துக்குப் பயன்படும் வகையில் செலவு செய்துகொண்டிருந்தார்.

அவரது கிராமத்துக்குப் பக்கத்தில் 'கிர்னர் மலை' (Mount Girnar) என்ற திருத்தலம் இருந்தது. அங்கே சில பழைமையான ஹிந்து, ஜைனக் கோவில்கள் இருந்ததால், வாரக் கடைசி நாள்களில் அக்கம்பக்கத்து ஊர்களிலிருந்தும், தொலை தூரத்திலிருந்தும் கூட பக்தர்கள் கூட்டம் கூட்டமாக வருவார்கள். வந்த இடத்தில் அவர்கள் ருசியான உணவு வகைகளை நாடுகிறார்கள் என்பதைப் புரிந்துகொண்டு, மலையடிவாரத்திலேயே சுடச் சுட பஜ்ஜி, தின்பண்டங்களை விற்க ஆரம்பித்தார் திருபாய் அம்பானி.

இதனால் அவருக்குப் பெரிய வருமானம் எதுவும் குவிந்துவிட்ட தாகச் சொல்லமுடியாது. என்றாலும், கண்ணெதிரே தட்டுப்படு கிற வாய்ப்பை விடாமல் பற்றிக்கொள்கிற சமயோசிதமும் தனக்கென்று சொந்தமாக ஒரு தொழிலை அமைத்துக்கொண்டு, அதன் நெளிவுசுழிவுகளைப் புரிந்து நடந்துகொள்கிற ஆர்வமும்

சம்பாதிக்கிற ஆசையும் அந்த இளம் வயதிலேயே அவருக்கு வந்துவிட்டது உண்மை!

●

அப்போது இந்திய சுதந்தரப் போராட்டம் உச்சத்தை அடைந்திருந்த சமயம். பள்ளியில் என்.சி.சி. பிரிவில் சேர்ந்திருந்த அம்பானியும் அவரது நண்பர்களும் தேசத்தின் விடுதலைக்காக ஏதேனும் செய்யவேண்டும் என்று விரும்பினார்கள். ஆனால், என்ன செய்வதென்றும் புரியவில்லை.

இந்த நிலைமையில்தான், ஏதோ ஒரு போராட்டத்தில் கலந்துகொண்ட அம்பானியின் நண்பன் ஒருவனை போலீஸ் கைது செய்து மதக் கலவரத்தைத் தூண்டியதாகக் குற்றம்சாட்டிச் சிறையில் அடைத்துவிட்டது.

தன்னுடைய நண்பன்மேல் எந்தத் தவறுமில்லை என்பது அம்பானிக்கு நிச்சயமாகத் தெரிந்திருந்தது. ஆகவே, அவர் தமது ஆதரவாளர்களைத் திரட்டிக்கொண்டு நேராக அந்த ஊர்க் காவல்துறை உயர் அதிகாரி அலுவலகத்துக்கு நடந்தார். ''எங்கள் ஆளை வெளியே விட்டால்தான் நாங்களும் வெளியே போவோம்'' என்று அங்கேயே போராட்டம் செய்ய ஆரம்பித்துவிட்டார்!

எப்படியாவது இந்தக் கலகக் கூட்டத்தை வெளியே துரத்திவிட வேண்டும் என்று போலீஸ் எவ்வளவோ முயற்சி செய்தது. சாம, தான, பேத, தண்ட வழிமுறைகள் எதுவும் அம்பானியிடம் பலிக்கவில்லை. ''உன்னையும் அரெஸ்ட் செய்வோம்'' என்று அவர்கள் மிரட்டியபோதும்கூட, ''பரவாயில்லை'' என்று தைரியமாக அங்கேயே நின்றிருந்தார் அம்பானி. கடைசியில் வேறு வழியில்லாமல், போலீஸ் பணிந்து அவருடைய நண்பனை விடுதலை செய்யவேண்டியதாயிற்று!

●

நாட்டு நிலைமை இப்படியிருக்க, அம்பானியின் வீட்டிலும் பள்ளிக்கூடத்திலும்கூட கவலைக்கிடமான சூழ்நிலைதான். சாதாரணப் பரீட்சைகளையெல்லாமே ஒருமாதிரி சிரமப்பட்டு ஒப்பேற்றிய திருபாய் அம்பானி, பத்தாவது பொதுப் பரீட்சையைச் சமாளிக்கமுடியாமல் கோட்டைவிட்டுவிட்டார். அதன் பின், இரண்டாவது முயற்சியில்தான் பாஸ் செய்ய முடிந்தது.

ஆனால், பத்தாம் வகுப்புக்கு மேலும் படிக்க வைப்பதற்கு அவர் குடும்பத்தில் பணம் இல்லை.

அடுத்தது? படிப்பை முடித்த, அல்லது பாதியில் நிறுத்திய எல்லா இளைஞர்களையும்போல, அவர் தனக்கென்று ஒரு வேலை தேடிக் கொண்டாகவேண்டும்!

முதலில் உள்ளூரிலேயே வேலை தேட ஆரம்பித்தார் அம்பானி. அந்த முயற்சிக்கு ஏதும் உருப்படியான பலன்கள் கிடைக்க வில்லை. ஆகவே, பம்பாய் நகருக்குச் சென்று, அங்கே வேலை தேட முயன்றார். அதுவும் சரிப்படாததால், அடுத்து என்ன செய்யலாம் என்று தீவிரமாக யோசித்துக் கொண்டிருந்தபோது, அவர்கள் கொஞ்சமும் எதிர்பாராத திசையிலிருந்து உதவி கிடைத்தது.

திருபாய் படிப்பில் சுமார்தான் என்றாலும், அவரது பொறுப் புணர்ச்சி, அந்தக் கிராமத்திலிருந்த பலரையும் கவர்ந்திருந்தது. தன் குடும்பத்தின் சிரமத்தைக் கொஞ்சமாவது குறைக்குமளவு ஏதேனும் ஒரு வேலை கிடைக்காதா என்று ஏங்கிக்கொண்டிருக் கிற அந்த இளைஞனுக்கு, தங்களால் ஆன உதவியைச் செய்யவேண்டும் என்றும் சிலர் மனப்பூர்வமாக எண்ணினார்கள். அவர்களில் ஒருவர்தான் அந்த யோசனையைச் சொன்னார். ''உங்க அண்ணன் ஏமன் நாட்டிலேதானே இருக்கான்? நீயும் ஏன் அங்கேயே ஒரு வேலைக்குப் போகக்கூடாது?''

நியாயமான யோசனைதான் என்றாலும். அதில் ஆர்வமில்லாமல் உதட்டைப் பிதுக்கினார் அம்பானி. ''போகலாம்தான், ஆனா, எனக்கு அங்கே யார் வேலை தருவாங்க?''

''அதைப்பத்தி நீ கவலைப்படாதே, நான் அதுக்கு ஏற்பாடு பண்றேன்,'' என்று உறுதி சொன்ன அவர், ''ஆனா, இந்தச் சின்ன வயசில நீ இந்தியாவைவிட்டு ஏமன் போகிறதுக்குத் தயாரா இருக்கியா? இங்க எல்லாரையும் விட்டுட்டு, அங்க வேலை செஞ்சு கஷ்டப்படறதுக்கு உன்னால முடியுமா?'' என்றும் கேட்டார்.

''நிச்சயமா முடியும்,'' பதினேழு வயது அம்பானியின் கண்களில் நம்பிக்கையும் ஆர்வமும் மின்னியது. ''எந்த நாடானாலும் பரவாயில்லை, எவ்வளவு தூரமானாலும் பரவாயில்லை, நான் போறேன், கண்டிப்பா போறேன்.''

''போகிறேன்'' என்று தன் விருப்பத்தை வெளிப்படையாகச் சொன்னபோது, திருபாய் அம்பானியைச் செலுத்தியது, எப்படியாவது தன் குடும்பத்தின் வறுமை நீங்கிவிடாதா, அதற்கான தன் பங்கை ஆற்றிவிடமாட்டோமா என்கிற தவிப்புதான். ஆனால், அதையும் தாண்டி அவருக்குள் ஒரு கனவு இருந்தது. புதிது காண்கிற ஆர்வம் இருந்தது. ''இப்போது போகிறேன், ஆனால் என்றேனும் ஒருநாள் திரும்பி வருவேன். இதே மண்ணில் ஜெயித்துக் காட்டுவேன்'' என்கிற உறுதியும் இருந்தது!

இரண்டு

ஏடன் என்பது ஏமன் என்றழைக்கப்படுகிற வளைகுடா நாட்டின் துறைமுக நகரமாகும். அப்போது ஏமன் நாடு பிரிட்டிஷ் காலனி ஆதிக்கத்தின்கீழ் இருந்தது. எண்ணெய் வளத்தாலும், அங்கிருக்கும் துறைமுகம் இங்கிலாந்து, ஆஸ்திரேலியா போன்ற பல நாடுகளுக்கிடையிலான ஏற்றுமதி, இறக்குமதிக்குப் பயன் பட்டுக் கொண்டிருந்ததாலும், அந்தக் குட்டி தேசத்துக்கு உலக அளவில் நல்ல மவுசு!

அதுமட்டுமில்லாது, அந்தப் பக்கமாகச் செல்லும் கப்பல்கள் எல்லாமே, ஏடன் துறைமுகத்தில் நின்று, சில நாள்களாவது தங்கி, எரிபொருள் நிரப்பிக்கொண்டு, கப்பலில் இருக்கிற சின்ன, பெரிய மராமத்து வேலைகளையெல்லாம் சரிபார்த்துக் கொண்டுதான் தங்கள் பயணத்தைத் தொடரும் என்பதால் அந்தத் துறைமுகத்தையும், அங்கே வந்துபோகிறவர்களையுமே அடிப்படையாகக் கொண்டு ஏகப்பட்ட தொழில் மற்றும் வர்த்தக நிறுவனங்கள் உண்டாகியிருந்தன.

ஏமன் ஓர் அரபு தேசம் என்றாலும், அங்கிருக்கும் பல கம்பெனி களில் இந்தியர் களைத்தான் வேலைக்கு வைத்திருந்தார்கள். குறிப்பாக, குஜராத்திகளின் எண்ணிக்கை அங்கே மிக அதிகம். இவர்களில் பெரும்பாலானோர் சொந்த ஊரை விட்டுவிட்டுப் பஞ்சம் பிழைக்க வந்தவர்கள் என்று தனியாகச் சொல்ல வேண்டியதில்லை!

திருபாய் அம்பானியின் சகோதரரான ரம்னீக்பாய் ஏற்கெனவே ஏடன் சென்று, அங்கிருந்த ஒரு பெட்ரோலிய நிறுவனத்தில் வேலை பார்த்துக்கொண்டிருந்தார். ஆகவே, திருபாய் அங்கு செல்ல விரும்பியபோது அவரது குடும்பத்தார் மத்தியில்

பயமோ, பெரிய சலசலப்புகளோ இல்லை. பிரிவுத் துயரம் இருப்பினும் ''ஜாக்கிரதையா போய்ட்டு வா மகனே'' என்று கண்ணீருடன் விடைகொடுத்துவிட்டார்கள்!

அவர்களுக்கு வேறு வழியில்லை. அந்தப் பெரிய குடும்பத்தின் தலைவராயிருந்த ஹீராசந்த் அம்பானியும் சமீபத்தில் மரண மடைந்துவிட்டதால் குடும்பத்திலிருக்கும் சின்னப் பையன்கள் தான் பெரிய பொறுப்புகளை ஏற்றுச் சமாளித்தாகவேண்டிய சூழ்நிலை!

ஏடன் செல்வது என்று முடிவு செய்துவிட்டால் ஆச்சா? ஏதோ, ஆண்டவன் புண்ணியத்தில், அக்கம்பக்கத்தார் புண்ணியத்தில் ஏடனில் ஒரு வேலைக்கான சிபாரிசு கிடைத்துவிட்டது. எனவே, அங்கு சென்று இறங்கியதும் வேலை நிச்சயம். ஆனால், அங்கே போவதற்கான செலவுகள்? அதுவரை அரை டிராயரில் மட்டும் சுற்றிக்கொண்டிருந்த திருபாய்க்கு, நான்கைந்து நல்ல ஆடைகளாவது வாங்கவேண்டாமா? வழிச்செலவுக்குக் கொஞ்சம் பணம் வேண்டாமா? ஏடன்வரை கப்பலில் ஏற்றிச் செல்கிறவன் டிக்கெட்டுக்குக் காசு கேட்பானே!

அதுவரை நூறு ரூபாய் நோட்டையே கண்ணில் பார்த்திராத அம்பானி, இப்போது இந்தப் பெரிய செலவுகளுக்கெல்லாம் யாரிடம் கடன் கேட்பது என்று தவித்துக்கொண்டிருக்கையில் ஆண்டவன், சுரபாபா பார்தா என்ற அவரது பக்கத்து வீட்டுக்காரர் வடிவத்தில் அம்பானிக்கு உதவ முடிவுசெய்தான்.

பார்தா தந்த பணத்தை நெகிழ்ந்த கண்களோடு வாங்கிக்கொண்ட அம்பானி, மனம்நிறைந்த நன்றிகளுடன், ''சீக்கிரமே இதைத் திருப்பிக் கொடுத்துவிடுகிறேன்'' என்று உறுதி சொன்னார். ஏடன் சென்ற சிறிது காலத்துக்குள் அந்தக் கடனை அவர் திருப்பிக் கொடுத்துவிட்டது மட்டுமில்லை, பின்னாள்களில் பார்தாவின் மகனுக்கும், பேரனுக்கும்கூட தனது ரிலையன்ஸ் நிறுவனத் திலேயே வேலை போட்டுக்கொடுத்தார் அம்பானி.

இன்னும் சில உறவினர்களும், குடும்ப நண்பர்களும் சின்னச் சின்னதாக உதவிகள் செய்ய, சீக்கிரத்திலேயே ஏடன் பயணத்துக்குத் தயாராகிவிட்டார் திருபாய் அம்பானி!

Kabota என்ற கப்பலில், இருப்பதிலேயே மிகக் குறைந்த விலையிலான அடிமட்ட டிக்கெட் எடுத்துக்கொண்டு கடல்

வழியே அம்பானி ஏடனுக்குப் புறப்பட்டது 1949-ம் ஆண்டு. அப்போது அவருக்கு வயது பதினேழு!

ஏடன் சென்றதும் அங்கிருந்த ஒரு சிறிய வர்த்தகக் கம்பெனியில் வேலைக்குச் சேர்ந்தார் அம்பானி. ஆனால், பத்தாம் வகுப்பு வரையே படித்திருந்த அவருக்கு அங்கே என்ன பெரிய வேலை இருந்துவிடப்போகிறது? முதலாளிக்கு உதவியாக, அங்கிருக்கும் மற்ற தொழிலாளிகளுக்கான சிறுசிறு வேலைகளைச் செய்துகொண்டிருந்தார் அவர். சம்பளம், நம் ஊர் மதிப்பில் மாதத்துக்குச் சுமாராக 125 ரூபாய்!

சிறுவயது முதலே புதுப்புதுச் சவால்களைத் தேடிப்பிடித்துக் கொண்டிருந்த திருபாய் அம்பானிக்கு உப்புச்சப்பில்லாத அந்த வேலை பிடிக்காமல் போனதில் ஆச்சரியமில்லை. ஏடனிலேயே, வேறு நல்ல வேலை கிடைக்காதா என்று தேட ஆரம்பித்தார் அவர்.

அப்போது, திருபாயின் அண்ணன் ரம்னீக்பாய், 'A.Besse & Co.' என்ற பிரெஞ்சு வர்த்தக நிறுவனத்தில் வேலையிலிருந்தார். அவரது சிபாரிசுடன் அதே நிறுவனத்தின் பெட்ரோலியப் பிரிவில் திருபாய்க்கும் வேலை கிடைத்தது.

ராயல் டச் ஷெல் (Royal Dutch Shell) என்பது திருபாய் அம்பானி வேலைக்குச் சேர்ந்த பிரிவின் பெயர். அப்போது உலகெங்கும் புகழ்பெற்றிருந்த ஷெல் நிறுவனத்தின் மொத்த விற்பனை யாளர்கள் அவர்கள். ஷெல்லின் பெட்ரோலியத் தயாரிப்புகளை ஏடனில் விற்பனை செய்து கொண்டிருந்த அந்தப் பிரிவில் பெட்ரோல் பங்க் உதவியாளராக வேலையில் சேர்ந்தார் அம்பானி. சம்பளம் மாதம் 300 ரூபாய்.

முந்தைய கம்பெனியோடு ஒப்பிடுகையில், அவரது சம்பளம் தான் இரு மடங்குக்கு மேல் உயர்ந்திருந்ததே தவிர, அம்பானி செய்துகொண்டிருந்த வேலையில் ஏதும் பெரிதாக முன்னேற்ற மிருக்கவில்லை. துறைமுக வண்டிகளுக்குப் பெட்ரோல் போடுகிற வேலை!

அம்பானி போன்ற துடிப்புமிக்க இளைஞருக்கு, இந்த எடுபிடி வேலை சலிப்பையும் சோர்வையும்தான் தரும். ஆனால் அங்கேதான் அம்பானி மற்றவர்களிடமிருந்து வித்தியாசப்படு கிறார். தன்னுடைய சுமாரான வேலையைப் பற்றிக் குறைபட்டுக்

கொண்டிருக்காமல், தன்னைச் சுற்றியிருக்கும் மெகா நிறுவனம் எப்படி இயங்குகிறது என்று உன்னிப்பாகக் கவனித்துப் பார்க்க ஆரம்பித்தார் அவர்.

அங்கிருக்கும் ஒவ்வொரு மேனேஜர், உதவி மேனேஜர், தொழிலாளிகள், சூபர்வைஸர்கள் என்று யாரையும் விட்டு வைக்காமல், அவர்களது அன்றாட நடவடிக்கைகளைப் பார்த்து, தனக்குள் குறித்துக்கொண்டார். அவர்கள் ஏன் அப்படிச் செய்கிறார்கள், ஏன் வேறுமாதிரி செய்யவில்லை என்று சுயமாகக் கேள்விகள் கேட்டு, தனக்குத் தோன்றிய பதில்களையும் சொல்லிக்கொண்டார் அவர். ''ஒரு சாதாரண பெட்ரோல் பங்க் உதவியாளருக்கு இந்த பிஸினஸ் கேள்விகளெல்லாம் எதற்கு?'' என்று இப்போது அபத்தமாகத் தோன்றுகிற இந்த உள்அலசலும் அனுபவமும்தான், பின்னாள்களில் அவர் தனக்கென்று ஒரு கம்பெனி ஆரம்பித்தபோது, அதன் நிர்வாகத்தைத் திறமையுடன் செலுத்துவதற்கு மிகுந்த உதவியாக இருந்தது!

இதற்கு உதாரணமாக ஒரு சிறிய விஷயத்தைச் சொல்லலாம். பத்து ரூபாயைச் செலவழிப்பதற்காக, அவர் ஆயிரம் யோசனைகள் செய்துகொண்டிருக்கும்போது, அவருடைய கம்பெனி ஒரு தந்தி கொடுப்பதற்குக் கிட்டத்தட்ட ஐயாயிரம் ரூபாய்க்கு மேல் செலவிடுகிறது என்பது அம்பானியால் நம்பமுடியாத ஆச்சரியமாக இருந்தது. இத்தனை செலவு செய்து ஒரு தந்தியை ஏன் அனுப்ப வேண்டும்? அதைத் தவிர்க்க முடிந்தால் எவ்வளவு பணம் மிச்சமாகும் என்று கணக்குப்போட்டுப் பார்த்தார் அவர்!

ஆனால், அதேசமயம் அந்தத் தந்தியிலிருக்கும் செய்தியின் முக்கியத்துவத்தைப் பொறுத்து, அதனால் கம்பெனிக்கு லட்சக்கணக்கிலோ, கோடிக்கணக்கிலோ லாபம் வரலாம், நஷ்டமும் வரலாம் என்பதைப் புரிந்துகொண்டபிறகு, அவருக்கு எல்லாம் தெளிவாகிவிட்டது. இந்த ஐயாயிரம் ரூபாய்க்குக் கணக்குப் பார்த்தால், ஏகப்பட்ட தொகையை இழக்க வேண்டி வரும். ஆகவே, செலவு செய்யவேண்டிய நேரத்தில், செலவு செய்யவேண்டிய விஷயங்களுக்காக கஞ்சத்தனம் பார்க்கக் கூடாது என்கிற முக்கியமான பாடத்தைப் படித்துக்கொண்டார் அவர்.

இப்படியே, ஷெல் நிறுவனத்தில் தான் வேலைக்குச் சென்ற ஒவ்வொரு நாளும், ஒரு பள்ளிக்கூடத்துக்குச் செல்வதுபோல்

உணர்ந்தார் அவர். என் தொழில் பெட்ரோல் விநியோகித்துக் கிடப்பதுதான் என்று, ஓய்ந்த நேரத்தைப் பராக்குப் பார்த்துக் கழிக்காமல், கண்களை, மனத்தைத் திறந்து வைத்திருந்தால், அந்த மிகப்பெரிய நிறுவனத்தில் கற்றுக்கொள்வதற்கு ஆயிரக்கணக்கான விஷயங்கள் உண்டு என்று அவருக்குப் புரிந்தது.

இதையெல்லாம் பார்க்கிறபோது, மெல்ல மெல்ல அவருக்கு இன்னொரு ரகசிய ஆசையும் மலர்ந்தது. ''என்றேனும் ஒருநாள் நானும் இப்படியொரு பெரிய நிறுவனத்தைத் தொடங்கி நடத்துவேன்'' என்று தனக்குள்ளே சொல்லிக்கொண்டார் அவர். ''என் கம்பெனியும் எண்ணெய்க் கிணறுகளிலிருந்து இதேபோல் பெட்ரோலைத் தோண்டியெடுக்கும், சுத்திகரிக்கும், உலக மெங்கும் அனுப்பி விற்பனை செய்யும்!''

பட்டிக்காட்டான் மிட்டாய்க் கடையைப் பார்க்கும்போது ஆச்சரியப்படுவது சாதாரணமான விஷயம். அதே பட்டிக் காட்டான், அந்த மிட்டாய்க் கடையில் என்னென்ன செய்கிறார் கள், எப்படிச் செய்கிறார்கள் என்றெல்லாம் கவனித்துப் பார்ப்பது கொஞ்சம் அபூர்வம். ஆனால், தானும் இதேபோல் ஒரு பெரிய மிட்டாய்க்கடை ஆரம்பிக்கவேண்டும் என்று அவன் ஆசைப்படுவதை என்னவென்று சொல்வது?

ஆனால், அதுதான் அம்பானி! கனவு காண்பதற்கு அவர் என்றைக்கும் சளைத்ததே இல்லை. அதைத் தன்னால் நிறை வேற்றமுடியும் என்கிற தன் திறமை மீதான நம்பிக்கையையும் அவர் எப்போதும் இழந்ததில்லை. அதனால்தான், மாதச் சம்பளத்துக்கு பெட்ரோல் போட்டுக்கொண்டிருந்த அந்த இளைஞனால், தன்னை ஒரு பெட்ரோலிய கம்பெனியின் முதலாளியாகக் கற்பனை செய்ய முடிந்தது. பின்னாள்களில், அந்தக் கனவை நனவாக்கவும் முடிந்தது!

அவரைச் செலுத்தியது அந்தக் கனவு மட்டுமில்லை; ''அவர்களால் முடியும் என்றால், என்னாலும் முடியும், நிச்சயமாக முடியும்!'' என்கிற தன்னம்பிக்கைதான் அம்பானியை மற்றவர்களிடமிருந்து வித்தியாசப்படுத்திக் காட்டுகிறது.

அந்த வயதில், அம்பானியின் தைரிய மனத்துக்கும், ஆபத்துகளை எதிர்கொள்கிற துணிச்சலுக்கும் எடுத்துக்காட்டாக, ஒரு சிறிய நிகழ்ச்சியைச் சொல்வார்கள்.

ஷெல் நிறுவனத்தின் கப்பல் ஒன்றில், சரக்குகளை ஏற்றும் பணி நடந்துகொண்டிருந்தது. அம்பானியும் அவரது நண்பர்கள் சிலரும் வேலையைச் செய்து முடித்துவிட்டுக் கப்பலின் மேல்தளத்தில் ஓய்வெடுத்துக்கொண்டிருந்தார்கள். நேரம் நடுநிசியை நெருங்கிக்கொண்டிருந்தது.

அப்போது அவர்களில் ஒருவன், தூரத்தில் வெளிச்சமாக மின்னுகிற துறைமுகத்தைப் பார்த்துவிட்டு விளையாட்டாகக் கேட்டான். ''அந்தக் கரைவரைக்கும் நீந்திப் போகணும், யாரால முடியும்?''

சுற்றியிருந்த எல்லோரும், ஒருவரையொருவர் பார்த்துக் கொண்டார்கள். அவர்களின் தயக்கத்துக்குக் காரணம் இருந்தது. அந்தக் கப்பல் துறைமுகத்திலிருந்து சற்றுத் தள்ளி நங்கூரம் பாய்ச்சியிருந்தது. ஆகவே, அங்கிருந்து துறைமுகம் வரையில் நீந்திச் செல்வதானால், சுமாராக ஒரு கிலோமீட்டருக்குமேல் கடந்து செல்லவேண்டும். அதுவும் கும்மிருட்டில்!

தவிர, ஏடன் துறைமுகத்தைச் சுற்றிய கடல் பகுதிகளில் சுறா மீன்களின் நடமாட்டம் அதிகம். இவன் சொல்கிறானே என்று அவற்றின் வாயில் குதித்து இரையாக முடியுமா?

எல்லோரும் மௌனம் சாதித்ததால் முதலில் பேசியவன் எரிச்சலடைந்திருந்தான். ''என்னப்பா, சத்தமே காணோம், யாராவது சவாலை ஏத்துக்கறீங்களா, இல்லையா?'' என்று சத்தமாகக் கேட்டான் அவன்.

'சவால்' என்ற வார்த்தையைக் கேட்டதுமே அம்பானிக்கு ஆர்வம் தட்டியது. கடல் நீரைப் பார்த்தவாறு யோசித்துக் கொண்டிருந்தவர், சட்டென்று எழுந்துகொண்டார். சவால் விடுத்தவனை நேருக்கு நேர் பார்த்து, ''நான் நீந்திப் போறேன், என்ன பெட்?'' என்றார்.

அவர் சொன்னதைக் கேட்டதும், அங்கிருந்த எல்லோரும் பதறிப் போனார்கள். நள்ளிரவில், சுறாமீன்களுக்கிடையே நீந்திக் கடப்பது சாத்தியமே இல்லை என்று அவருக்கு அறிவுறுத்தினார்கள்.

ஆனால் அம்பானி அவர்களைக் கொஞ்சமும் லட்சியப்படுத்த வில்லை. தன்னால் அந்த தூரத்தைக் கடக்கமுடியும் என்று அவர்

மனத்துக்குள் தீர்மானித்துவிட்டபிறகு, அதை மறுபரிசீலனை செய்யும் பேச்சுக்கே இடமில்லை. ''என்ன பெட்?'' என்று முதலாமவனிடம் மீண்டும் கேட்டார் அவர்.

அவன் கொஞ்சம் யோசித்து, ''ஒரு ஐஸ் க்ரீம்'' என்றான்.

அதைக் கேட்டதும் சுற்றிலுமிருந்த எல்லோருமே சிரித்து விட்டார்கள். ''உயிரைப் பணயம் வைத்து நீச்சலடிப்பதற்குப் பரிசு ஒரு ஐஸ் க்ரீம்'' என்பதை வேடிக்கையாகத் திரும்பத் திரும்ப சொல்லிச் சிரித்தார்கள் அவர்கள்.

ஆனால், அம்பானி சிரிக்கவில்லை. சவாலை ஏற்றுக்கொண்ட தற்கு அடையாளமாக, வலது கட்டை விரலை உயர்த்திக் காட்டியவர், சட்டையைக் கழற்றி வீசினார். கண்ணிமைப்பதற் குள் தண்ணீரில் குதித்துவிட்டார்!

நண்பர்கள் எல்லோரும் வாய்பிளந்து நிற்க, குறிப்பிட்ட தூரத்தை நீந்திக் கடந்து ஐஸ் க்ரீம் வென்றார் அம்பானி. அந்த நள்ளிரவு ஐஸ்கிரீம் அவருக்குக் கூடுதலாகவே ருசித்திருக்கும்!

இந்த நிகழ்ச்சியில் நாம் கவனிக்கவேண்டிய விஷயம் ஆபத்து வரக்கூடும் என்று தெரிந்தும்கூட, அதைச் சமாளிக்கலாம் என்று உறுதிசொல்லும் தன்னுடைய பகுத்தறிவை மதித்து (இதனை calculated risk என்று சொல்வார்கள்), தன் திறமையின்மேல் நம்பிக்கை வைத்து, அதில் துணிச்சலுடன் இறங்கியிருக்கிறார் என்பதுதான். அவருடைய இந்த அசாத்திய தைரியம்தான் அவரை அந்தச் சிறிய வயதிலேயே, மிகப்பெரிய கனவுகள் காணச் செய்தது, மிகப்பெரிய லட்சியங்களை நோக்கிச் செலுத்தியது!

ஏடனில் அம்பானி வேலை பார்த்துக்கொண்டிருந்த ஷெல் அலுவலகத்தின் முதலாளி, ஒரு யூதர். நிர்வாகம், வணிகம், காசு சமாசாரம் என்று ஏகப்பட்ட விஷயங்களை திருபாய் அம்பானி கூர்ந்து கவனிப்பதையும், தன்னைச் சுற்றியுள்ளவர்களிடம் சந்தேகங்கள் கேட்டுப் புரிந்துகொள்வதையும் அவர் பார்த்துக் கொண்டுதான் இருந்தார். இளம் அம்பானியின் ஆர்வமும் துறுதுறுப்பும் அவருக்கு ரொம்பவும் பிடித்துப் போனது. ''யார் இந்தப் பையன்?'' என்று அவரைப் பற்றி விசாரித்துத் தெரிந்துகொண்டு, அவரை பெட்ரோல் பங்க் பொறுப்பிலிருந்து விடுவித்து, டெலிவரி கிளார்க்காகப் பதவி உயர்த்தினார் அவர்!

புதிய வேலையில், சவால்களும் கற்றுக்கொள்வதற்கான வாய்ப்புகளும் அதிகம்! இந்த இரண்டுமே அம்பானிக்கு அல்வாபோல என்பதால், தனது முழுத் திறமையையும் வெளிப் படுத்தி உழைத்தார் அவர். சீக்கிரமே, அந்தக் கம்பெனியின் கப்பல்கள் மற்றும் விமானங்களில் சரக்கு ஏற்றுவது, இறக்குவது தொடர்பான அனைத்துப் பணிகளுக்கும் பொறுப்பாளராக உயர்ந்துவிட்டார்!

இப்படி பெட்ரோல் கம்பெனியில் வேலை பார்த்தது போக, எஞ்சிய நேரத்தில், வேறு பல சமாசாரங்களிலும் ஆர்வத்தோடு ஈடுபட்டார் அம்பானி. அவற்றில் முக்கியமானது, அங்கிருக்கும் நண்பர்களின் இன்ஷூரன்ஸ் தொடர்பான பிரச்னைகளில் உதவுவது. அதாவது, உரிய இழப்பீட்டு நிறுவனங்களிடம் அவர்களுக்காக விண்ணப்பித்து, தேவைப்பட்டால் வாதாடி, அவர்களுக்கு உரிய பணத்தைப் பெற்றுத் தருவது. அதில் ஒரு குறிப்பிட்ட தொகையைச் சம்பளமாகப் பெற்றுக்கொள்வதால், அவருக்கு ஒரு மேல்வருமானமும் வந்துகொண்டிருந்தது!

தன்னுடைய ஓய்வு நேரத்தையும் உபயோகமாகக் கழிக்கக் கூடியவர் அம்பானி. தனது ஆங்கில அறிவையும், உலக ஞானத்தையும் வளர்த்துக்கொள்வதற்காக, நாள் தவறாமல் ஆங்கிலச் செய்தித்தாள்களைப் படிக்கலானார். உள்ளூர் மொழியாகிய அரபி மொழியையும் கற்றுக்கொண்டு, வெகு சீக்கிரத்திலேயே அவர்களுக்கு இணையாகப் பேசத் தொடங்கி விட்டார்!

இந்தச் சந்தர்ப்பத்தில்தான், அவருக்கு பிரவீண்பாய் தாக்கர் என்ற நல்ல நண்பர் கிடைத்தார்!

அம்பானியைப் போலவே, தாக்கரும் குஜராத்திலிருந்து ஏடனுக்குப் பிழைக்க வந்தவர்தான். அவருடைய அண்ணன், ஏடன் துறைமுகத்தின் அருகே, 'பாப்புலர் ஸ்டோர்ஸ்' என்ற கடையை நடத்திக்கொண்டிருந்தார். அவருக்கு உதவியாக, தாக்கரும் கடையில் சேர்ந்துகொண்டார்!

தாக்கருக்கும் அம்பானிக்கும் பழக்கம் ஏற்பட்டது, அம்பானி யின் அண்ணன் ரம்னீக்பாய் மூலமாகத்தான். சீக்கிரமே, அவர்கள் இருவரும் நல்ல சிநேகிதர்களாகிவிட்டார்கள். இன்னும் குறிப்பாகச் சொல்வதானால், அம்பானியின்

கண்களில் நிரம்பித் ததும்பிக் கொண்டிருந்த ஆசைகளை, கனவுகளை, லட்சியங்களை முதலில் இனம் கண்டு கொண்டவர், பிரவீண்பாய் தாக்கர்தான்!

அதுவரை தன் சகோதரரின் கடையில் வேலை பார்த்துக் கொண்டிருந்த பிரவீண்பாய் தாக்கர், 1953ம் ஆண்டு அதிலிருந்து விலகிவந்து வேறொரு தனிக்கடையை ஆரம்பித்தார். அதன் பெயர் 'ரிலையன்ஸ் ஸ்டோர்ஸ்'. ரோலக்ஸ், கேனான் ஆகிய பிரபலமான நிறுவனங்களின் பொருள்களின் விற்பனை உரிமையைப் பெற்று, முழுவேகத்தில் தன்னுடைய கடையை நடத்தலானார் தாக்கர்!

அவருடைய தைரியமான இந்த நடவடிக்கைக்கு அம்பானியின் முழு ஆதரவும் இருந்தது. மாதா மாதம் ஒருவரிடம் கை நீட்டிச் சம்பளம் பெறுகிற சுழலில் சிக்கிக்கொள்ளாமல், தனக்கென்று ஒரு தொழில்வேண்டும், அதில் தனது முழுத்திறமையையும் பாய்ச்சி உழைத்து, லாபமோ, நஷ்டமோ, அதை நாமே அனுபவிக்கவேண்டும் என்றெல்லாம் அவர் கனவுகளில் மூழ்கியிருக்கிறபோது, அவருடைய நண்பர் ஒருவரே அதை நிஜத்தில் செயல்படுத்தியதைப் பார்க்க, மிகவும் உற்சாகமாக இருந்தது அவருக்கு, தாக்கரின் முயற்சிகளை, கை தட்டிப் பாராட்டி, ஊக்கப்படுத்தினார் அவர்.

குறிப்பாக 'ரிலையன்ஸ்' என்ற பெயர் அவருக்கு மிகவும் பிடித்திருந்தது. 'ரிலையன்ஸ்'என்றால் நம்பியிருத்தல். வர்த்தகத்தில் ஈடுபடுகிறவன் தனது வாடிக்கையாளர்களையே எப்போதும் நம்பியிருக்கிறான். அவர்கள்தான் அவனுக்கு எல்லாமே என்பது போன்ற எண்ணற்ற செய்திகளை இந்தப் பெயர் குறிப்பிடுவதாக அம்பானிக்குத் தோன்றியது. ஒரு வர்த்தக நிறுவனத்துக்கு இதைவிடப் பொருத்தமான பெயர் இருக்கவே முடியாது என்று மனதுக்குள் நினைத்துக் கொண்டார் அவர்.

பிரவீண்பாய் தாக்கரின் புதிய கடை சீக்கிரத்திலேயே பிரபலமடைந்து அவருக்கு நல்ல பெயரையும், பணத்தையும் சம்பாதித்துக் கொடுத்தது. அதில் கிடைத்த லாபத்தைக் கொண்டு ஒரு மெர்சிடிஸ் கார் வாங்கினார் தாக்கர். அதை அவர் அம்பானியிடம் காண்பித்தபோது பொங்கும் மகிழ்ச்சியுடன், ''ரிலையன்ஸ் உனக்கு எத்தனை அதிர்ஷ்டத்தைக் கொண்டு

வந்திருக்கிறது, பார்த்தாயா?'' என்று தன் நண்பனைக் கட்டிக் கொண்டார் அவர்.

ரிலையன்ஸ் என்ற பெயரை அவர் உண்மையிலேயே நேசிக்கத் தொடங்கிய கணம் அது. அந்தப் பெயரின் பொருத்தமும் அதிர்ஷ்டமும் அவரைச் சுண்டி இழுத்தது. உணர்வில் கலந்து விட்ட அந்த ஈர்ப்பால்தான் பின்னாள்களில் அவர் தனக்கென்று ஒரு தொழில் நிறுவனத்தை ஆரம்பித்தபோது, அதற்கு ரிலையன்ஸ் என்று பெயர் சூட்டினார் அம்பானி!

ஏடனில் இருந்தவரை, தன்னுடைய ஒவ்வொரு விநாடியையும், தனது எதிர்காலத்தைக் குறித்த கனவுகளிலும், திட்டங்களிலும் தான் செலவிட்டுக்கொண்டிருந்தார் அம்பானி. அதே சமயம், பெட்ரோல் கம்பெனியில் தனக்குத் தரப்பட்டிருந்த வேலை களையும் ஒழுங்காகச் செய்து முடித்து, 'சமத்து' என்று பெயர் வாங்கிக்கொண்டிருந்தார்!

ஆனால், இந்தச் சிறிய சாதனைகளும் பாராட்டுகளும் அவருடைய தாகத்தைத் தணிக்கப் போதவில்லை. ஏதேனும் பெரிதாக, மிகப் பெரிதாகச் சாதிக்கிற ஆசை அவருக்குள் கொழுந்துவிட்டு எரிந்துகொண்டிருந்தது. நண்பர் பிரவீண்பாய் தைரியமாகப் புதுத்தொழிலில் குதித்ததையும் வெற்றிகண்டதை யும் பார்த்தபிறகு அந்த வெறி இன்னும் அதிகமாகிவிட்டது. ஏதேனும் செய்யவேண்டும். ஆனால், எப்போது?

'எப்படி' என்கிற கேள்வியைக்கூட அம்பானி பெரிதாக நினைக்கவில்லை. எப்படியும் செய்துவிடலாம் என்கிற நம்பிக்கை இருந்ததால் 'எப்போது?' என்பதுதான் அவரைப் பொறுத்தவரை விடை தெரியாத கேள்வியாக இருந்தது. எந்தக் கவலையும் இல்லாமல், கொடுத்த வேலையைச் செய்து, மாதம் பிறந்தால் சம்பளத்தை வாங்கிப் பையில் போட்டுக் கொள்கிற சுகத்தைக் கடந்து, தனக்கென்று ஒரு வழியை அமைத்துக் கொள்வது எப்போது? தானும் சிலருக்குச் சம்பளம் தருமளவு உயர்வது எப்போது?

இந்தக் குழப்பங்களிடையே ஏடன் சென்று, கிட்டத்தட்ட ஐந்து வருடங்கள் கழிந்தபின், 1954ம் ஆண்டு, சில நாள் விடுமுறையில் இந்தியா திரும்பினார் அம்பானி. அப்போது அவரது குடும்பத்தினர், அவருக்குத் திருமண ஏற்பாடுகளைச்

செய்திருந்தார்கள். கோகிலாபென் என்ற பெண்ணை மணந்து கொண்டு, அவருடன் ஏடனுக்குத் திரும்பினார் அம்பானி.

அம்பானியின் கனவுகளும், சாதிக்கும், சம்பாதிக்கும் ஆசைகளும் திருமணத்துக்குப் பின் அதிகமாகின. ஆனால், அதே சமயம் அவரை வேறொரு குழப்பமும் வாட்டத் தொடங்கியிருந்தது.

வேறொன்றுமில்லை, இன்றுவரை அயல் தேசங்களுக்குச் சென்று சம்பாதிக்க முனையும் இந்திய நடுத்தர வர்க்கத்தினர் எல்லோருக்குள்ளும் எழுகிற அதே கேள்விதான், அதே கவலைதான். இன்னும் எத்தனை ஆண்டுகளுக்கு இந்தத் தூரதேச வாழ்க்கை? 'சம்பாதித்த பணம் போதும்' என்று முடிவு செய்து எப்போது நம்முடைய ஊருக்குத் திரும்பப் போகிறோம்?

பெட்ரோல் கம்பெனி, அம்பானியை நன்றாகவே வைத்திருந்தது. அந்தச் சிறுவயதிலேயே (24) அவரை மார்க்கெட்டிங் மேனேஜர் பதவிக்கு உயர்த்தி நல்ல சம்பளமும் கொடுத்துக் கொண்டிருந்தார்கள் அவர்கள். ஆனால், அம்பானியின் இலக்கு, மாதச் சம்பளம் இல்லையே!

தன்னுடைய கனவுகளையும் குடும்பத்தின் எதிர்காலத்தையும் முன்வைத்து, பலவிதமான கணக்குகள் போட்டுப்பார்த்தார் அம்பானி. உடனடியாக ஊருக்குத் திரும்பி ஏதேனும் ஒரு தொழிலை ஆரம்பித்து முன்னேறவேண்டும் என்றுதான் மனசு விருப்பப்படுகிறது. ஆனால், குடும்பத்தினருக்காகப் பணம் சம்பாதிக்கும் நோக்கத்துடன் இங்கே வந்தவர், அதை முழுதாகச் செய்யாமல் திரும்பிச் செல்வது நியாயமில்லை. தவிர, இப்போது அவருக்கென்று இன்னொரு குடும்பமும் உருவாகிவிட்டது!

அதுமட்டுமின்றி, உடனடியாக ஊருக்குப் போனால் தொழில் தொடங்குவதற்கான பணம் எங்கிருந்து கிடைக்கும்? இதையெல்லாம் யோசித்துப் பார்க்கிறபோது, அவரால் ஒரு முடிவுக்குத்தான் வரமுடிந்தது. தனக்குள் ஒரு குறிப்பிட்ட தொகையை நிர்ணயித்துக்கொண்டார். அந்தப் பணம் சேமிப்பாகும் வரை ஏடனில் வாழ்க்கையைத் தொடர்வது. அந்த அளவு பணம் சேர்ந்ததும் அதை மூட்டை கட்டிக்கொண்டு ஊரைப் பார்க்கப் போய்ச் சேர்வது. அதன்பின் வாழ்வும் தாழ்வும் சொந்த மண்ணிலேயே இருக்கட்டும்!

மாதம் முன்னூறு ரூபாய் சம்பளத்தில் வேலைக்குச் சேர்ந்த அம்பானி, இப்போது கிட்டத்தட்ட ஆயிரத்து இருநூறு ரூபாய் சம்பளம் வாங்கிக்கொண்டிருந்தார். அதில் வீட்டுச் செலவுகள் போக மிஞ்சியதைச் சேமித்துவைத்தால், எப்படியும் இன்னும் சில ஆண்டுகளுக்குள் இந்தியா திரும்பிவிடலாம் என்று கணக்கிட்டார் அம்பானி!

ஆனால், அவருடைய கூர்மையான புத்தியாலும் கவனிப்புத் திறனாலும் அவர் எதிர்பார்த்திருந்த பணம் சீக்கிரத்திலேயே அவருக்குக் கிடைக்கும்படி ஒரு வழி பிறந்தது. கொஞ்சம் எசகுபிசகான வழிதான். ஆனால் யாரிடமும் திருடாமல், எவரையும் ஏமாற்றாமல் பணம் சம்பாதிக்கும் புது வழி!

மூன்று

சில ஆண்டுகளுக்கு முன்னால், நம் ஊர் ரூபாய் நோட்டுகளுக்கு ஓர் அதிசயமான திடீர் மவுசு உண்டானது. அதாகப்பட்டது, இந்த ரூபாய் நோட்டுகளின் மத்தியில் மெலிதான இழையாக நெளியும் வெள்ளிக் கம்பியின் மதிப்பு, அந்தந்த நோட்டின் ஒரிஜினல் மதிப்பைவிட அதிகம் என்று எந்த மகானுபாவனோ புரளியைக் கிளப்பிவிட, பலரும் அந்தக் கம்பிகளைப் பிடுங்கி, விற்க முயன்று தோல்வியடைந்தார்கள்!

ஏடனில் அம்பானிக்குக் கிடைத்ததும் இதுபோன்ற ஒரு யோசனைதான். ஆனால், இங்கே வித்தியாசம் அவர் கண்டு பிடித்தது உண்மையோ உண்மை. நிஜமாகவே அந்த ஊர் நாணயங்களில் வெள்ளியின் அளவு மிதமிஞ்சிக் காணப்பட்டது!

அந்த தேசத்தின் நாணயம், 'ரியால்' எனப்படுவது. அப்போது முழு வெள்ளியில் தயாரிக்கப்பட்டுக் கொண்டிருந்த ரியால் நாணயத்தைத்தான் ஏமன் மக்கள் அன்றாடம் பயன்படுத்தி வந்தார்கள். ஆனால், அதிலிருக்கும் வெள்ளியின் அளவைக் கணக்கிட்டுப் பார்க்கவேண்டும் என்று யாருக்கும் தோன்ற வில்லை! அம்பானிக்குத் தோன்றியிருக்கிறது அதுவும் மிக யதேச்சையாக!

இப்படி அவர் ரியால் நாணயத்தை எடை போட்டுப் பார்த்த போது, அதிலிருக்கும் வெள்ளியை இங்கிலாந்து மார்க்கெட்டில் விற்றால் எவ்வளவு பணம் கிடைக்கும் என்றும் சும்மா யோசித்திருக்கிறார். அந்தத் தொகை, நாணயத்தின் மதிப்பைவிட அதிகமானது என்று தெரிந்தபோதுதான், அம்பானிக்குள்ளிருந்த பிஸினஸ் புலி விழித்துக்கொண்டு, பசியோடு நாக்கைச் சுழற்றிப் பார்த்தது.

அரசாங்கம் தப்பு செய்ததா, அல்லது அவர்கள் நாணயம் அச்சிட்டபின் வெள்ளியின் விலைதான் கண்டபடி உயர்ந்து விட்டதா தெரியாது. ஆனால், இப்போது அம்பானியின் கையிலிருக்கிற வெள்ளி நாணயம் இங்கிலாந்து நாணய மதிப்பில் பத்து பவுண்ட் என்று வைத்துக்கொண்டால், அதிலிருக்கிற வெள்ளியின் சந்தை விலை, பத்து பவுண்டைவிட அதிகம், மிக அதிகம்!

இங்கேதான் தனக்கான ஒரு பிஸினஸ் வாய்ப்பைக் கண்டு கொண்டார் அம்பானி. தனது புதிய கண்டுபிடிப்பை வெளியில் யாருக்கும் சொல்லாமல், கையில் கிடைத்த ரியால் நாணயங்களையெல்லாம் மொத்தமாகச் சேகரித்து, உருக்கி, வெள்ளிப்பாளங்களாக மாற்றி, இங்கிலாந்து வெள்ளித்தரகர் களிடம் விற்கத் தொடங்கினார் அவர். அதில் அவருக்குக் கணிசமான லாபம் கிடைத்தது!

இதில் நல்ல பணம் இருக்கிறது என்று தெரிந்தபிறகு, சும்மா யிருக்க முடியுமா? அடுத்தகட்டமாக, தனது நண்பர்கள், சக பணியாளர்களிடமிருந்த வெள்ளி நாணயங்களையெல்லாம் விலைக்கு வாங்க ஆரம்பித்தார் அம்பானி. நாணயங்களுக்குப் பதிலாக, அவர்களுக்கு ரூபாய் நோட்டுகளைக் கொடுத்துவிட்டு, அவர் அந்த நாணயங்களை உருக்கி, விற்றுக்கொண்டிருந்தார்.

சுவாரஸ்யமான இந்தக் 'காசு' விளையாட்டு மூன்று மாதங்கள் தான் நீடித்தது. அதற்குப்பின் அரசாங்கமே இதைக் கண்டுபிடித்த தாகவும், அசடு வழிந்துகொண்டு, ரியால் நாணயங்களைத் திரும்பப் பெற்றுக்கொண்டதாகவும் சொல்வார்கள். அதற்குள் அம்பானி, இந்தப் புதிய தொழிலின்மூலம் நிறையவே சம்பாதித்திருந்தார்!

அம்பானியின் இந்த நடவடிக்கையை புத்திசாலித்தனம், சமயோ சிதம் என்று வியந்து பாராட்டுகிறவர்கள் உண்டு. அதேசமயம், நாணயங்களை உருக்கி விற்பது, அனுமதிக்கப்படாத செயல் என்று வாதிடுகிறவர்களும் உண்டு. ஆனால், இருதரப்பினரும் ஒப்புக் கொள்ளவேண்டிய ஒரு விஷயம் கிடைத்த வாய்ப்பை அவர் விடாமல் பற்றிக்கொண்டதுதான். ஏடனிலிருக்கிற ஒவ்வொரு பிரஜையின் கையிலும் அந்த வெள்ளி நாணயம் இருந்தது. ஆனால் அதன் மதிப்பைக் கணக்கிட்டுப் பார்க்கவேண்டும் என்று யாருக்கும் தோன்றவில்லையே? அந்த விதத்தில், அரசாங்கம்

கவனிக்கத் தவறிய ஒரு விஷயத்தை, அம்பானி கவனித்து, அதைத் தனக்குச் சாதகமாகப் பயன்படுத்திக்கொண்டதன் மூலம், அவர்கள் செய்த தவறுக்குத் தண்டனையும் கொடுத்திருக்கிறார் என்றுதான் சொல்லவேண்டும்!

எது எப்படியோ, இந்தத் திடீர் தொழில், அம்பானிக்கு மிகுந்த லாபகரமானதாக அமைந்துவிட்டது. அவர் மனதுக்குள் கணக் கிட்டு வைத்திருந்த தொகையைக் கிட்டத்தட்ட நெருங்கி விட்டார் என்றே சொல்லவேண்டும்!

1957ல் அம்பானியின் முதல் மகன் முகேஷ் பிறந்தான். அதன்பின்னர், அவருக்கு இந்தியா திரும்புகிற ஆவல் இன்னும் அதிகமாகிவிட்டது!

இங்கே ஒரு விஷயத்தை யோசித்துப் பார்க்கவேண்டும். ஏடன் வருவதற்குமுன், திருபாய் அம்பானியின் குடும்பத்தை மிடில் கிளாஸ் என்றுகூட வர்ணிக்கமுடியாது. அதற்கும் கீழாக, வறுமை யின் தாக்குதலைச் சமாளிக்கமாட்டாமல் துவண்டிருந்த ஒரு குடும்பத்தின் பிரதிநிதியாகத்தான், பணம் தேடுகிற ஆர்வத்துடன் இந்த நாட்டுக்குப் புறப்பட்டு வந்தார் அவர். 1949 முதல் 1957 வரை எட்டு வருடங்கள் வியர்வை சிந்தி உழைத்தார். பல விஷயங் களைக் கற்றுக்கொண்டார். மொழி தெரியாத ஊரில், சாதாரண எடுபிடிப் பையனாக வேலையில் சேர்ந்து மார்க்கெட்டிங் மேனேஜர் பதவிக்கு உயர்ந்தார். இத்தனையும் 25 வயதுக்குள்!

வேறு யாராக இருந்தாலும், இப்படியொரு சாதனையின் வெளிச்சத்தில் மயங்கிப் போயிருப்பார்கள். கிடைத்திருக்கும் வேலையை, சவுகர்யங்களை இறுக்கமாகப் பிடித்துக் கொண்டு, அங்கேயே கிடந்திருப்பார்கள்.

இந்த விஷயத்தில்தான் அம்பானியின் தனித்தன்மை புலப்படு கிறது. சுகமான வெளிநாட்டு வேலையை, கை நிறைய கிடைக்கிற சம்பளத்தை விட்டுவிட்டு, அதிலிருந்து வெளியேறு கிற தைரியம் அவருக்கு இருந்தது. சம்பாதித்தவரை போதும், நம் நாட்டுக்குச் சென்று, இதையே முதலீடாகக் கொண்டு தொழில் தொடங்கலாம். இங்கே பாடுபடுவதை, அங்கே உழைத்தால், நிச்சயம் வெற்றிபெறலாம் என்கிற நம்பிக்கையுடன் மனைவி, மகன், அண்ணன் எல்லோரையும் அழைத்துக்கொண்டு இந்தியாவுக்குத் திரும்பினார் அம்பானி!

பின்னாள்களில் அவரிடம் இதுபற்றி கேட்கப்பட்டபோது, ஒரு சுவாரஸ்யமான விளக்கம் தந்திருக்கிறார் அம்பானி. அவருடைய வார்த்தைகளிலேயே அதைக் கேட்கலாம்:

''இந்த உலகம், சில மிகப்பெரிய வட்டப் பாதைகளால் ஆனது. அந்த வட்டப்பாதைகள் ஒன்றன்கீழ் ஒன்றாக வரிசையில் அமைந்திருக்கின்றன. அடி ஆழத்தில் இருக்கிற சிறிய வட்டப் பாதையில் பியூன்களும், கிளார்க்குகளும் இருக்கிறார்கள். உச்சியில் இருக்கிற பெரிய வட்டப்பாதையில் முன்னணித் தொழிலதிபர்களும், அரசியல்வாதிகளும், மற்ற வெற்றியாளர் களும் இருக்கிறார்கள்.

இடையிலிருக்கிற அந்த வட்டப்பாதைகளில் ஏதோ ஒன்றில்தான் நீங்களும் நானும் இருக்கிறோம். நமக்காக விதிக்கப்பட்டிருக்கும் பாதையில், சுற்றிச்சுற்றி வந்துகொண்டிருக்கிறோம்.

இந்தச் சுழலை மீறி, நாம் வெற்றியடையவேண்டுமானால், என்ன செய்யவேண்டும்? நாம் இருக்கிற வட்டப்பாதையை உடைத்துக்கொண்டு அதிலிருந்து வெளியே வரவேண்டும். அதற்கு மேலே இருக்கிற வட்டப்பாதைக்குத் தாவிக்கொள்ள வேண்டும். இதை நமக்காக யாரும் செய்யமாட்டார்கள். மேலே இருக்கிறவர்கள் நம்மைத் தூக்கிவிடுவார்கள் என்று எதிர் பார்க்கக்கூடாது. நாமே முயற்சி செய்து, மேலே ஏறிக்கொள்ள வேண்டும்!

அந்தப் புதிய வட்டப்பாதையில் ஒரு சுற்று சுற்றியதும், அதையும் உடைத்துக்கொண்டு, இன்னும் மேலே போகவேண்டும். அங்கே ஒரு சுற்று, அதன்பின் இன்னும் மேலே... இப்படியே உயரத்தை அடையும்வரை தளராமல் முன்னேறிக்கொண்டே இருக்க வேண்டும். இதுதான் வெற்றியின் ரகசியம்...''

அயல்தேசத்தில் மேனேஜர் வேலை, கவுரவம், சம்பளம் என்பதன் சுழல்களிலிருந்து வெளியேறி, தைரியமாக, 'சுய தொழில்' என்னும் அடுத்த சுற்றுப்பாதைக்குத் தாவியதுதான் அம்பானியின் வெற்றிச் சரிதத்தில் முதல் அத்தியாயம். அந்தத் துணிச்சலும், சுய உந்துதலும்தான் அவரை மிகப்பெரிய உயரங் களுக்குக் கொண்டு சேர்த்தது!

•

1957ல் திருபாய் அம்பானி இந்தியாவுக்கு வந்திறங்கிய போது, அவரிடமிருந்த சேமிப்புத்தொகை சொற்பம்தான். ஆனால் ஏடனில் தான் சம்பாதித்த, சேமித்த அந்த மிக சொற்பத் தொகையையும் தன்னுடைய தொழிலில் முதலீடு செய்யத் தயாராயிருந்தார் அவர்!

தொழில் நகரமான மும்பைதான் தனக்கு ஏற்றது என்று முடிவு செய்துகொண்டு, அம்மா, சகோதரர்கள், மனைவி, குழந்தை ஆகியோருடன் அங்கேயே குடிபெயர்ந்துவிட்டார் அம்பானி. வேணிலால் எஸ்டேட்ஸ் என்கிற நெருக்கமான பகுதியில் துணிக்கடைகள், நகைக் கடைகள், கைவினைப் பொருள்கள் போன்ற சலசலப்புகளுக்கிடையே ஒரு சின்னஞ் சிறிய ஃபிளாட்டில், அவர்களின் ஜாகை தொடங்கியது.

மும்பையில் தொழில் செய்வது என்று தீர்மானித்துவிட்டால் ஆச்சா? என்ன தொழில் செய்வது?

அதை முடிவு செய்வதற்குத்தான் அம்பானிக்கு கொஞ்சநாள் பிடித்தது. அதுவரையில், மும்பையின் சின்னச்சின்ன சந்தைக் கடைகள், பெரிய வர்த்தக நிறுவனங்கள், ஏற்றுமதி கம்பெனிகள், ஸ்டாக் எக்ஸ்சேஞ்ச் போன்ற பல்வேறு வணிக ஸ்தலங்களுக்கும் யாத்திரை சென்று, அங்கிருக்கும் மக்களையும், அவர்களின் தேவைகள், தேவையின்மைகள், எங்கே எதற்கு டிமாண்ட் ஜாஸ்தி, எதற்குக் கம்மி, எந்தப் பொருளை விற்கிறவர்களுக்கு லாபம் கொழிக்கிறது, எத்தனை வாங்கி விற்றால் நிறைய காசு சேரும், விற்காமல் போனால் நஷ்டமாகுமே, அதற்கு என்ன வழி இப்படிப் பல விஷயங்களையும் கூர்ந்து கவனித்தார் அவர். இத்தனைக்கும், அப்போது அவருக்கு குஜராத்தியைத் தவிர வேறெந்த இந்திய மொழியும் முழுசாகத் தெரியாது!

இப்படிக் கவனித்துத் தெரிந்துகொண்ட, நண்பர்களிடம் கேட்டறிந்த பல்வேறு விஷயங்களையும் மனதுக்குள் எடைபோட்டுப் பார்த்து, ஏற்றுமதி வர்த்தகத்தில் ஈடுபடுவது என்கிற முடிவுக்கு வந்தார் அம்பானி. அப்போது மேற்காசிய நாடுகளில், இந்தியாவிலிருந்து வரும் ஏலக்காய், கிராம்பு, மஞ்சள், இஞ்சி போன்ற மசாலாப் பொருள்களுக்கு நல்ல வரவேற்பு இருந்ததால், அவற்றை மொத்தமாக ஏற்றுமதி செய்யும் தொழிலில் இறங்கினால், குறைந்த முதலீட்டில், ஓரளவு லாபம் பார்க்கலாம் என்பது அவருடைய திட்டம்.

1958ம் ஆண்டு, மிகச் சிறிய அளவில் அம்பானியின் ஏற்றுமதி நிறுவனம் தொடங்கப்பட்டது. மேற்சொன்னபடி மஞ்சள் கிழங்கையும் முந்திரிப் பருப்பையும் சுத்தப்படுத்தி, அழகாகப் பொட்டலம் கட்டி, தூரதேசங்களுக்கு அனுப்பியவாறு, அந்த வர்த்தகத்தின் நெளிவு சுளிவுகளைக் கற்றுக்கொண்டார் அவர்.

ஆரம்பத்தில் அவரது பயணம் சுலபமானதாக இருக்கவில்லை. அப்போது இந்தியாவில் பெரும்பாலான தொழில்களை சில நிறுவனங்களும் சில குடும்பங்களுமே ஆட்சி செய்து கொண்டிருந்தன. இவர்களைத் தவிர வேறு யாரேனும் உள்ளே நுழைய முயன்றால், அவர்களுக்கு உரிய ஆதரவு கிடைக்காதபடி செய்து நசுக்கிவிடுவார்கள். இதையும் மீறி, ஒரு புதியவர் இங்கே ஜெயிக்கவேண்டும், சம்பாதிக்கவேண்டும் என்றால் பகீரதப் பிரயத்தனம் செய்தால்தான் உண்டு! இந்த நிலையைப் புரிந்துகொண்ட அம்பானி, அதற்குத் தயாராகவே இருந்தார்!

நம் ஊர் சினிமா கதாநாயகர்கள்போல, அம்பானி ஒரே ராத்திரியில் பணக்காரராக ஆனவர் இல்லை. ஐந்தடிக்கு, ஐந்தடியே அளவுள்ள மிகச்சிறிய அறையில்தான் அவருடைய வர்த்தக சாம்ராஜ்யம் தொடங்கியது. ஆரம்பத்தில் அவரும் அவரது சகோதரரும்தான் தொழிலாளிகள். அந்தச் சிறிய அறையில் இருந்துகொண்டு, அவ்வப்போது மார்க்கெட் நிலவரத்தைக் கண்காணித்தவாறு, எந்த நாட்டுக்கு, எதை, எப்போது அனுப்பினால் நல்ல லாபம் வரும் என்று கணக்குப் போட்டுக்கொண்டிருந்தார் அம்பானி.

ஏற்றுமதித் தொழிலுக்கு அவர் புதியவர் என்பதால், இதைச் செய்யலாம், இதைச் செய்யக்கூடாது என்று சட்டென்று முடிவு செய்யும் லாகவம் அம்பானிக்குக் கைவரவில்லை. ஆகவே, தன் மனத்துக்குச் சரி என்று தோன்றுகிற விஷயங்களையெல்லாம் தயங்காமல் செய்துகொண்டிருந்தார் அவர். மேல் பார்வைக்குக் குறையாகத் தோன்றுகிற இந்த விஷயம்கூட, ஒருவிதத்தில் அவருடைய பலமாகவே மாறிப்போனது. மற்றவர்கள் கை வைக்கத் தயங்கிய விஷயங்களிலும் இவர் துணிச்சலுடன் ஈடு பட்டதால், பல புதிய கதவுகள் அவருக்குத் திறந்தன. அதனால்தான் அவரால் மண்ணையும் விற்றுப் பணம் பண்ண முடிந்தது!

கதையில்லை. உண்மையாகவே, மண்ணை ஏற்றுமதி செய்து காசாக்கியவர் அம்பானி!

அரேபிய நாடுகளில் இருக்கும் சில பெரிய தனவான்கள், தங்கள் வீடுகளில், அலுவலகங்களில் அழகுக்காக ரோஜாச் செடிகள் வளர்க்க விரும்புவதாக அம்பானிக்கு யார் மூலமாகவோ தகவல் கிடைத்தது. ஆனால், அந்தப் பாலைவனத்தில் ரோஜா வளர்க்க மண்ணுக்கு எங்கே போவார்கள் அவர்கள்?

யதேச்சையாகக் காதில் விழுந்த இந்த விஷயத்தைக் கேட்டதும், அம்பானியின் வணிக மூளை சுறுசுறுப்படைந்தது. ரோஜாச் செடிகள் செழித்து வளர்வதற்கேற்ற மண்ணைத் தேர்ந்தெடுத்து, அரேபியப் பாலைவனங்களுக்கு ஏற்றுமதி செய்யத் தொடங்கி னார் அவர்! அதில் அவரது கம்பெனிக்குக் கொள்ளை லாபம்!

இந்திய மண்ணில் மலர்களும் வளரும், வர்த்தகமும் வளரும் என்று நிஜமாகவே நிரூபித்துக் காட்டியது அம்பானியின் அந்த ஏற்றுமதிக் குழுமம்தான்!

●

அம்பானியின் வாழ்க்கையில் அடுத்த திருப்புமுனை, அரசாங்கத் தின் ஓர் அறிவிப்பினால் வந்தது. ஆப்பிரிக்க நாடுகளில், பருத்தி ஆடைகளுக்கு நல்ல டிமாண்ட் இருப்பதாக அறிந்த இந்திய அரசு, அந்த நாடுகளுக்கு ஆடை ஏற்றுமதி செய்பவர்களை ஊக்கு விப்பதற்காகச் சில சலுகைகளை அறிவித்தது.

அப்போது மும்முரமாக ஏலக்காய் விற்றுக்கொண்டிருந்த அம்பானிக்கு, இந்த விஷயத்தில் ஆர்வம் பிறந்தது. பருத்தி ஆடைகளை எங்கே வாங்கலாம்? நேரடியாகப் பருத்தி நெசவு செய்கிற ஆலைகளிலேயே வாங்குவதா, அல்லது இங்கே இருக்கிற விற்பனையாளர்களிடமா? நல்ல தரமான ஆடைகள் கிடைக்குமா, என்ன விலைக்கு வாங்குவது என்றெல்லாம் தீவிரமாக யோசிக்க ஆரம்பித்தார் அவர்.

இந்த விஷயத்தில் யாரிடம் உதவி கேட்கலாம் என்று அவர் தேடிக்கொண்டிருந்தபோதுதான், அவருக்கு ஒரு விஷயம் பளிச்சென்று ஞாபகம் வந்தது. பல ஆண்டுகளுக்கு முன்னால், அவரை ஏடனுக்கு அழைத்து, முதன்முதலாக வேலைக்குச் சேர்த்துக்கொண்ட அந்த கம்பெனி, ஆடைகளை வாங்கி, விற்கும் தொழிலில்தான் பரம்பரையாக ஈடுபட்டிருந்தது.

அந்தக் கம்பெனிக்கு உள்ளூரில் கிளைகள் உண்டா என்று விசாரித்துத் தெரிந்துகொண்டார் அம்பானி. அவர்களை உதவி

கேட்டு அணுகியபோது, 'அட, நம்மாளு' என்கிற உற்சாகத்தில் அவர்களும் சந்தோஷமாகச் சம்மதித்தார்கள்!

பல ஆண்டுகளாக அதே தொழிலில் இருக்கிற பெரிய கையின் ஆதரவு அம்பானிக்குக் கிடைத்துவிட்டதால், அதன்பின் எல்லாமே சுறுசுறுப்பாக நடந்தது. பல நெசவாலைகளின் முதலாளிகளை அம்பானிக்கு நேரடியாக அறிமுகப்படுத்தி வைத்தது அந்தக் கம்பெனி. அவர்களுடன் முறைப்படி ஒப்பந்தங்கள் செய்துகொண்டு, பருத்தி ஆடைகளை வெளிநாடு களுக்கு ஏற்றுமதி செய்ய ஆரம்பித்தார் அம்பானி.

டெக்ஸ்டைல்ஸ் எனப்படும் ஆடைகளின் உலகத்தில், அம்பானியின் முதல் அறிமுகம் அப்போதுதான். அந்தச் சிறிய நூலிழையைக்கொண்டு, ஒரு மாபெரும் சாம்ராஜ்யத்தையே கட்டிமுடித்தார் அவர்!

1959ம் ஆண்டு, தன்னுடைய தொழிலை மேலும் விரிவு படுத்துவது என்று முடிவெடுத்தார் அம்பானி. ஆனால், அதற்கு இன்னும் அதிக முதலீடு தேவைப்பட்டது. அதற்காக, தன்னுடைய உறவினர் சம்பக்லால் தமானி என்பவரை (அவரும் ஏடனில் இருந்து திரும்பியவர்தான்) தன்னோடு கூட்டு சேர்த்துக்கொண்டார். புதிய நிறுவனத்துக்கு 'ரிலையன்ஸ் கமர்ஷியல் கார்ப்பரேஷன்' என்று பெயர் வைக்கப்பட்டது.

ஏடனில் அம்பானியின் நண்பர் பிரவீண்பாய் தாக்கர் நடத்திய, ரிலையன்ஸ் ஸ்டோர்ஸ் என்ற கடையும், அதனால் பிரவீண்பாய் அடைந்த பெரிய வெற்றிகளும், செல்வச்செழிப்பும், அம்பானிக் குள் ஏற்படுத்தியிருந்த தாக்கம்தான் ரிலையன்ஸ் என்ற பெயரைத் தேர்வு செய்ய வைத்தது. இந்தப் பெயரால், தன்னுடைய புதிய நிறுவனத்துக்கு நல்ல அதிர்ஷ்டம் இருக்கும் என்று திடமாக நம்பினார் அவர்.

இதைப்பற்றிப் பேச்சு வரும்போதெல்லாம், ''என் நண்பனிட மிருந்து நான் அந்தப் பெயரைப் பறித்துக் கொண்டேன்'' என்று வேடிக்கையாகச் சொல்வார் அம்பானி.

ரிலையன்ஸ் என்னும் பெயர்தான் புதிதே தவிர, அம்பானி செய்துகொண்டிருந்ததில் எந்த மாற்றமும் இல்லை. எப்போதும் போல் ஏற்றுமதி வர்த்தகத்தில்தான் முழுவீச்சில் ஈடுபட்டுக் கொண்டிருந்தது ரிலையன்ஸ். கூடுதல் வேலைப்பளுவைச்

சமாளிப்பதற்காக, இன்னும் இரண்டு பேரை வேலைக்குச் சேர்த்துக்கொண்டார் அம்பானி.

இதில் வேடிக்கையான விஷயம் என்னவென்றால் ரிலையன்ஸின் குட்டியூண்டு அலுவலகம், நான்கு பேருக்குப் போதவில்லை. அந்தச் சிறிய அறைக்குள் ஒரு மேஜை, மூன்று நாற்காலிகள், ஒரு தொலைபேசி இவற்றைத் தவிர, ஒரு கடுகை உள்ளே நுழைப்பதானாலும், எண்ணெயாக்கித் தரையில் வழியவிட்டால்தான் உண்டு. ஆகவே, ரிலையன்ஸில் நான்கு பேர் வேலை பார்த்தார்கள் என்றாலும், எந்த நேரத்திலும் அவர்களில் மூவர்தான் அலுவலகத்தினுள் உட்கார்ந்து வேலையைக் கவனிக்கமுடியும். அவர்களில் யாரேனும் ஒருவர் வெளியே வரும்வரையில், நான்காவது ஆள் வாசலில்தான் நின்றாகவேண்டும்!

இப்படியொரு மிகச் சிறிய அலுவலகத்தினுள் உட்கார்ந்து கொண்டுதான் தன் எதிர்காலத்தைப் பற்றிய கனவுகளில், திட்டங்களில் மூழ்கியிருந்தார் அம்பானி. முன்பே சொன்னது போல் அப்போது அவர் ஆடைகளை ஏற்றுமதி செய்வதில் தீவிரமாக ஈடுபட்டிருந்தார். ஆகவே, அந்தத் துறையிலேயே, மேலும் முன்னேறுவதற்கான வாய்ப்புகள் ஏதும் சிக்குமா என்று ஆவலோடு எதிர்பார்த்துக்கொண்டிருந்தார் அவர்.

அப்போது இந்தியாவில் சின்த்தெடிக் எனப்படும் செயற்கை இழை ஆடைகள், அதிவேகமாகப் பிரபலமடைந்து கொண்டிருந்தன. அந்த ஆடைகளை நெய்வதற்கான சின்த்தெடிக் இழைகளை மொத்தமாக வாங்கி, தயாரிப்பாளர்களுக்கும், மில்களுக்கும் விற்பனை செய்துகொண்டிருந்தது ரிலையன்ஸ்.

இப்படி சின்தடிக் இழைகளை வாங்கி, விற்பதில் ரிலையன்ஸுக்கு நல்ல லாபம் கிடைத்துக்கொண்டிருந்தது. என்றாலும், அம்பானியின் மனதில் ஏதோ ஒரு நிறைவில்லாத உணர்வு இருந்துகொண்டே இருந்தது. இந்த வியாபாரத்தில் எப்படி இன்னும் அதிக பணம் பண்ணுவது என்று பலவிதமாக யோசித்துப் பார்த்து, ஒரு நல்ல உத்தியைக் கண்டறிந்தார்!

அந்தத் தொழிலில் மட்டுமில்லை, அதன்பின் அம்பானி ஈடுபட்ட ஒவ்வொரு தொழிலிலும் அவருக்கு நல்லபெயரையும், மிகுந்த லாபத்தையும் அள்ளிக்கொடுத்த அந்தத் தந்திரம், ரொம்ப

காலத்துக்கு முன்னாலேயே நம் வள்ளுவர் சொல்லிவிட்டுப் போனதுதான் உள்ளுவதெல்லாம் உயர்வுள்ளல்!

அதாவது, எந்தக் காரியத்தில் இறங்கினாலும், அதில் மிகப் பெரிய அளவில் இறங்கவேண்டும் என்று அம்பானி திடமாக முடிவு செய்துகொண்டார். பால் வியாபாரம் செய்வதற்குப் பதிலாக, பசுமாடு வியாபாரம் செய்வதைப்போல. அப்படிப் பெரிய அளவில் இயங்குகிறபோது, மூலப்பொருள்கள் எல்லாமே குறைந்த விலைக்குக் கிடைக்கும்; அவற்றை ஒழுங் காக விற்பனை செய்தால், லாபமும் கூடுதலாகக் கிடைக்கும்!

இந்தத் திட்டத்தின்படி, மற்ற வியாபாரிகளெல்லாம் நூறு டன் சின்த்தெடிக் இழைகளைக் கொள்முதல் செய்துகொண்டிருந்த போது, அம்பானியின் ரிலையன்ஸ் நிறுவனம் மட்டும் ஒரே நேரத்தில் பத்தாயிரம் டன் சின்த்தெடிக் இழைகளை வாங்கிக் குவித்தது. மொத்த வியாபாரத்தில் அதிகம் வாங்குபவர்களுக்கு விலை தானாகக் குறையும் என்பதால், அந்தச் சந்தையிலேயே மிகக் குறைந்த விலைக்கு அவர்களுக்கு இழைகள் கிடைத்தன.

ஆனால், இதுமட்டும் போதுமா? குறைந்த விலைக்கு வாங்கிய அந்தச் சரக்கை விற்றுத் தீர்த்தால்தானே அதிக லாபம் என்கிற முக்கிய நோக்கம் நிறைவடையும்?

அங்கேதான் அம்பானி தன்னுடைய முழுத் திறமையையும் வெளிப்படுத்தி உழைக்கலானார். பம்பாய் மற்றும் அதைச் சுற்றிலும் சின்த்தெடிக் ஆடைகளைத் தயாரிக்கிற ஒவ்வொரு மில்லுக்கும், டவுன் பஸ்ஸிலேயே பயணம் சென்று, அதன் முதலாளிகளைத் தனிப்பட்ட முறையில் சந்தித்துப் பேசி, தன்னிடம் இருக்கிற சின்த்தெடிக் இழைகள்தான் மார்க் கெட்டிலேயே மிகத் தரமானவை; அவற்றைப் பயன்படுத்தினால் தான், அவர்களுடைய ஆடைகள் எல்லோரும் விரும்பும் வகையில் உருவாகும் என்று அவர்களை நம்பவைத்தார்!

அம்பானியின் சிரித்த முகமும், பேச்சுத் திறமையும், வேறெந்த வியாபாரியையும்விட அணுக்கமாகப் பழகுகிற பண்பும் அந்த முதலாளிகளைக் கவர்ந்ததில் ஆச்சரியமில்லை. அதுமட்டு மின்றி, சகாய விலைக்கு சின்த்தெடிக் இழைகளை வாங்கியிருப் பதால் மற்ற வியாபாரிகளைவிடக் குறைந்த விலையில் அவரால் அவற்றை விற்க முடிந்தது. ஆகவே, அவர்கள் தொடர்ந்து

அவரிடமே தங்களுக்குத் தேவையான மூலப்பொருள்களை வாங்கினார்கள். அதன் பலனாக, மற்றவர்கள் நூறு டன் இழைகளையே விற்கத் திணறுகையில், ரிலையன்ஸ் மட்டும் பத்தாயிரம் டன்களையும் விற்றுத் தீர்த்துவிட்டு நல்ல லாபத்துடன் சிரித்துக்கொண்டிருந்தது. ஒருமுறை, இருமுறையல்ல, ஒவ்வொரு முறையும்!

இதேபோல் செயற்கை இழை தயாரிப்பதற்கான மூலப்பொருள்கள், பிளாஸ்டிக் போன்றவற்றின் வர்த்தகத்திலும் ரிலையன்ஸ் ஈடுபட்டது. அப்போது அம்பானியுடன் அவரது உறவினர் ரசிக்லால் மேஸ்வானியும், மனுபாய் சேத் என்ற உதவியாளரும் இருந்தார்கள். இந்த மூவரையும், ரிலையன்ஸின் ஆரம்பகால வளர்ச்சிக்கான முக்கியக் காரணிகள் என்று சொல்லலாம்.

தொழிலில் அம்பானிக்கு நல்ல வருமானம் வந்துகொண்டிருந்த போதும், அவருடைய குடும்பம் அதே பழைய ஃப்ளாட்டில்தான் இருந்துவந்தது. வீட்டில் தொலைபேசி கிடையாது. கார் கிடையாது. ஏன், கட்டில்கூட கிடையாது. எல்லோரும் தரையில்தான் படுத்துத் தூங்கிக்கொண்டிருந்தார்கள்.

ஏடனில் பிறந்த முதல் மகன் முகேஷை தொடர்ந்து, அம்பானிக்கு இரண்டு மகள்களும், ஒரு மகனும் பிறந்தார்கள். அக்கம்பக்கத்துச் சிறுவர்களுடன் மண்ணில் புரண்டு விளையாடிக்கொண்டு, அண்ணன் அல்லது அக்காவின் பழைய ஆடைகளை, புத்தகங்களைத் தனதாக்கிக்கொண்டு, அம்பானியின் குழந்தைகள் எல்லோரும் வளர்ந்தது அந்தச் சிறிய வேணிலால் எஸ்டேட்ஸ் வீட்டில்தான்.

ஓரளவு வசதி வந்தபிறகும்கூட அவர் அந்தச் சிறிய வீட்டிலேயே தொடர்ந்து வசித்து வந்ததற்குக் காரணம் கஞ்சத்தனமில்லை, சிக்கனம். ஏனெனில், எப்போதும் எளிமையாக இருப்பதையே அம்பானி விரும்பினார். அவரைப் பொறுத்தவரை அநாவசியச் செலவுகளுக்கு கட்டாயத்தடை. வீட்டில் மட்டுமில்லை, அலுவலகத்தில்கூட.

இந்த விஷயத்தில் அம்பானியின் கொள்கை ஒன்றுதான் ஒரு விஷயம் அவசியம் என்று தோன்றினால், அதற்காக லட்சம் லட்சமாக, கோடி கோடியாகச் செலவிடவும் அவர் தயங்க மாட்டார். ஆனால் அதேசமயம், அது இல்லாமலும் சமாளிக்கலாம் என்றால், அதை எப்படியாவது தவிர்த்துவிடுவார்!

உதாரணமாக, அலுவல் நிமித்தமாக, அவரும், முரளி தியோரா என்ற அவரது நண்பரும் அடிக்கடி டெல்லிக்குப் பயணிக்க வேண்டியிருக்கும். ரயிலில் பயணம் செய்தால் பணம் மிச்ச மாகும். என்றாலும் நேரத்தின் அவசியம் கருதி, இருவரும் விமானத்தில்தான் பயணம் செய்ய வேண்டியிருக்கும். ஆகவே, இருப்பதிலேயே மலிவான விமானத்தைத்தான் தேர்ந்தெடுப்பார் அம்பானி.

டெல்லியில் அவர்களுடைய வேலைகள் பெரும்பாலும் ஒரு நாளைக்குள் முடிந்துவிடும். அதற்காக ஒரு ஹோட்டலில் சென்று தங்குவது வீண் செலவு. ஆனால் அதேசமயம், டெல்லி யில் அவர்கள் சந்திக்கச் செல்கிற மனிதர்கள் எல்லாருமே பெரிய தொழிலதிபர்கள், அரசாங்க அதிகாரிகள். அவர்களில் யாராவது, ''நீங்கள் எங்கே தங்கியிருக்கிறீர்கள்? உங்களை எப்படித் தொடர்புகொள்வது?'' என்று கேட்டுவிட்டால், என்ன பதில் சொல்வது?

அதற்கும் ஒரு வழி கண்டுபிடித்தார் அம்பானி. இதற்காக, டெல்லியிலிருந்த அசோகா என்ற பிரபலமான ஹோட்டலின் பணியாளர் ஒருவரோடு ரகசிய ஒப்பந்தம் ஒன்றைச் செய்து கொண்டார் அவர்.

அதாகப்பட்டது, அம்பானி டெல்லிக்கு வரும்போதெல்லாம், நேராக அசோகா ஹோட்டலுக்குச் சென்று, தான் வந்திருக்கிற விஷயத்தைத் தெரிவித்துவிடவேண்டியது. அதன்பிறகு, அவர் டெல்லியில் யாரைச் சந்திக்கச் சென்றாலும், தான் அசோகா ஹோட்டலில் தங்கியிருப்பதாகச் சொல்லிக் கொள்ளலாம். இவர்களில் யாரேனும் அவரைத் தொடர்புகொள்ள விரும்பி அசோகா ஹோட்டலை அழைத்தால், அங்கே இருக்கிற அம்பானியின் ஆள், ''அவர் வெளியே போயிருக்கார் சார்'' என்று பணிவாகத் தெரிவித்து அவர்கள் சொல்லும் தகவலைப் பெற்றுக்கொள்வான். நாள் முழுதும் இதுபோல் சேர்கிற தொலைபேசிக் குறிப்புகளையெல்லாம் சாயந்திரமானதும் அங்கே வருகிற அம்பானியிடம் தெரிவித்துவிடுவான் அவன். இந்த ஒருநாள் 'சேவை'க்காக, அவனுக்குச் சம்பளம் இருபத்தைந்து ரூபாய்!

இந்த உத்தியின் மூலம், தான் டெல்லி வரும்போதெல்லாம் அசோகாவில்தான் தங்குவதாக ஒரு பிம்பத்தை எல்லோரிடமும்

உருவாக்கினார் அம்பானி. வெறும் பந்தாவுக்காக இல்லை. மற்றவர்களைப் பொறுத்தவரை, டெல்லியில் எப்போதும் அம்பானியைத் தொடர்புகொள்ள ஒரு தொலைபேசி எண் இருக்கிறது. அவரைப் பொறுத்தவரை ஒருநாள் அறை வாடகை மிச்சமாகிறது!

இவ்வாறாக, சிக்கன விமானப் பயணத்தாலும், அசோகா தந்திரத்தாலும், ஒவ்வொரு டெல்லி பயணத்தின்போதும், நூற்றி இருபது ரூபாய்வரை மிச்சப்படுத்தினார் அம்பானி. இப்படி சிரமப்பட்டுச் சேமித்த ஒவ்வொரு ரூபாயும் ரிலையன்ஸின் லாபத்தில் எதிரொலித்தது!

அம்பானியின் தொடர்ந்த உற்சாகப்படுத்துதலால், அவருக்குக் கீழே வேலை செய்தவர்களும் சுறுசுறுப்புடன் பங்களிக்க, ஏற்றுமதி மற்றும் இதர உள்ளூர் விற்பனைகள் மெதுவாகச் சூடுபிடித்தன. ரிலையன்ஸ் நிறுவனம் வெற்றிப் பாதையில் நடைபோடத் தொடங்கியது!

இதனால் அம்பானிக்கு மிகுந்த சந்தோஷம்தான் என்றாலும், எப்போதும் புதிய உயரங்களுக்குத் தாவியே பழக்கப்பட்டுவிட்ட அவர், அடுத்த நிலைக்கு ஏங்க ஆரம்பித்தார், அதற்கான வழிவகைகளைத் தேட ஆரம்பித்தார்.

நான்கு

''போதுமென்ற மனமே, பொன் செய்யும் மருந்து'' என்கிற வாக்கியம், யாருக்காகச் சொல்லப்பட்டிருக்கிறதோ தெரிய வில்லை. ஆனால், வியாபாரத் துறையில் இருக்கிறவர்களுக்கு 'போதும்' என்கிற இந்த உணர்ச்சி மிக ஆபத்தான விஷயம்!

ஏனெனில், இந்தத் துறையைப் பொறுத்தவரை, முன்னேற்றத் துக்கு வானம்கூட எல்லையில்லை ஈடுபட்டிருப்பவர்களின் சிந்தனை மட்டும்தான் ஒரே எல்லை!

ஒரு வெற்றிகரமான பெட்டிக்கடைக்காரர் 'அதோடு போதும்' என்று நினைத்துவிட்டாரானால், வாழ்நாள் முழுதும் அதேநிலை யில் இருந்துவிடவேண்டியதுதான். 'போதாது, இன்னும் வேண்டும்' என்னும் தணியாத தாகம் அவருக்குள் இருந்தால் தான், இன்றைய பெட்டிக்கடையை, ஒரு மளிகைக்கடையாக விரிவுபடுத்துவதைப்பற்றி அவர் யோசிப்பார். அதற்காக உழைப்பார். மளிகைக்கடை வந்ததும், சூப்பர் மார்க்கெட். அதிலிருந்து மொத்த விற்பனை... இப்படி இன்னும் இன்னும் மேலே செல்வதற்கான ஏகப்பட்ட சாத்தியங்கள் இங்கே உண்டு. ஆனால், அவற்றையெல்லாம் யோசிப்பதற்கும், ஆசைப்படு வதற்கும் மனசு வேண்டும். இன்னும் தெளிவாகச் சொல்வதா னால், திறமை மட்டும் போதாது, கனவு காண்பதற்கான தைரியமும் வேண்டும். அப்போதுதான் வெற்றி, உங்கள் மேல் மழையாகப் பொழியும்!

திருபாய் அம்பானியின் வாழ்க்கையைக் கூர்ந்து கவனித்தால், இதற்கான பல உதாரணங்களைப் பார்க்கலாம். எந்தக் கட்டத்திலும் 'போதும்' என்று அவர் திருப்தியடைந்துவிடவே இல்லை. அதுவரை சாதித்ததையெல்லாம் புறங்கையால்

ஒதுக்கித் தள்ளிவிட்டு 'அடுத்து என்ன?' என்றுதான் எந்நேரமும் யோசித்துக்கொண்டிருந்தார். அதனால்தான் அவரால் புதுப்புது விஷயங்களில் இறங்கவும், அங்கிருக்கும் வாய்ப்புகளை அள்ளிக்கொண்டு முன்னேறவும் முடிந்தது!

ஏற்றுமதித் தொழிலில் நல்ல லாபம் பார்த்துக் கொண்டிருந்த போதே, அடுத்து என்ன செய்யலாம், இன்றைய மார்க்கெட்டில் எந்தெந்த வாய்ப்புகள் நம்முடைய தொழிலுக்குச் சாதக மானவை. அவற்றை எப்படிப் பயன்படுத்திக் கொள்ளலாம் என்றெல்லாம் மும்முரமாக சிந்தித்துக் கொண்டிருந்தார் அம்பானி.

அப்போது அவருக்குத் தோன்றிய ஒரு சின்ன யோசனை, அதை யோசனை என்றுகூட சொல்வதற்கில்லை ஒரு சந்தேகம், அல்லது தனக்குள் கேட்டுக்கொண்ட ஒரு கேள்வி. நாம் பல விஷயங்களை வெளிநாடுகளுக்கு ஏற்றுமதி செய்கிறோம். அதேபோல் அங்கே கிடைக்கிற நல்ல பொருள்களை இங்கே இறக்குமதி செய்து விற்றால் என்ன?

அந்தச் சிறிய சிந்தனைப் பொறிதான், அதன்பின் பல ஆண்டு களுக்கு, அம்பானிக்குச் செல்வம் கொழிக்கும் கற்பக விருட்சமாகவும், ரிலையன்ஸ் நிறுவனத்தின் தொடர்ந்த வளர்ச்சிக்கு, அசாத்திய சாதனைகளுக்கு முதுகெலும்பாகவும் அமைந்தது!

ஏனெனில், அ(வ)ந்த நாள் முதல், இந்த நாள் வரை, இந்திய மக்களிடையே வெளிநாட்டுப் பொருள்களுக்கு இருக்கிற மவுசு, வார்த்தைகளால் விவரிக்கமுடியாதது. அடுத்த வேளைச் சாப்பாட்டுக்கு வழியில்லாவிட்டால்கூட, சட்டைப் பையில் ஒரு சீனப் பேனாவையோ, உடம்பில் ஓர் இங்கிலாந்து சென்ட்டையோ அணிந்துகொண்டவர்கள் மற்றவர்களைவிட நாலே முக்கால் அடி உயரத்திலேயே மிதந்து நடப்பதை இங்கே அன்றாடம் பார்க்கலாம். அந்த அளவுக்கு 'ஃபாரின் சமாசாரங்கள்' இந்தியர்களைப் பைத்தியமாக அடிக்கக்கூடியது!

ஆகவே, வெளிநாட்டுப் பொருள்களை-குறிப்பாக அயல்தேசத்து ஆடை ரகங்களை இறக்குமதி செய்து இந்தியாவில் விற்றால் நல்ல லாபம் கிடைக்கும் என்று அம்பானியின் மனம் சொன்னது. அதற்கான சாத்தியங்களை அலசி ஆராயத் தொடங்கினார் அவர்.

அப்போதைய இந்திய அரசின் ஏற்றுமதி இறக்குமதிக் கொள்கையில், ரிலையன்ஸுக்குச் சாதகமான ஒரு அம்சம் இருந்தது. வெளிநாடுகளிலிருந்து எந்தப் பொருளையும் இறக்குமதி செய்ய விரும்புகிறவர்கள், கிட்டத்தட்ட அதே மதிப்புக்கு எதையாவது ஏற்றுமதி செய்தாகவேண்டும் என்பதுதான் அந்த விதிமுறை. எல்லோரும் சகட்டுமேனிக்கு இறக்குமதி செய்து தள்ளுவதைக் கட்டுப்படுத்துவதற்காக, அரசாங்கம் இந்த விதியைக் கட்டாயமாக்கியிருந்தது. ரிலையன்ஸ் ஏற்கெனவே ஏற்றுமதியில் ஈடுபட்டிருந்ததால், இறக்குமதி இன்னும் சுலபமாகிவிட்டது!

முதலில் ரேயான் என்னும் செயற்கை இழையை இறக்குமதி செய்யத் தீர்மானித்தார் அம்பானி. ஆனால் இதற்காக, பெரிய முதலீட்டில் நிறைய மசாலாப் பொருள்களை அவர் வெளிநாடுகளுக்கு ஏற்றுமதி செய்யவேண்டியிருந்தது. அதில் அவருக்கு நஷ்டம்தான் என்றாலும், சின்னமீனைப் போட்டு பெரியமீனைப் பிடிப்பதுபோல், இறக்குமதி செய்த ரேயானைப் பல மடங்கு லாபம் வைத்து உள்ளூர் மார்க்கெட்டில் விற்றார் அவர்!

அடுத்தகட்டமாக, நைலானுக்கு இந்தியாவில் தேவை இருப்பதைத் தெரிந்துகொண்டார் அம்பானி. அப்போது இந்தியாவிலேயே ரேயான் தயாராகத் தொடங்கியிருந்ததால், அதன் தேவை இருக்கிற வெளிநாடுகளுக்கு ரேயானை ஏற்றுமதி செய்து, பதிலுக்கு நைலானை இந்தியாவுக்குக் கொண்டு வந்தார் அம்பானி. இதிலும் அவருக்கு நல்ல லாபம் கிடைத்தது!

அம்பானி விஷயத்தில், ‘லாபம்’ என்று சொல்லும் போதெல்லாம், அது சாதாரண லாபமில்லை என்பதைக் கவனத்தில் கொள்ளவேண்டும். அவரைப் பொறுத்தவரை ‘லாபம்’ என்றால் குறைந்தபட்சம் மூன்று மடங்கு, அதிகபட்சம் ஏழு மடங்கு!

பருத்தி ஆடைகள், சின்த்தெடிக் இழைகள், ரேயான், நைலான் என்று படிப்படியாக வளர்ந்த ரிலையன்ஸின் வெற்றிப் பயணத்தில் அடுத்த மைல் கல் பாலியெஸ்டர்!

தனக்கு இந்தத் துறையில்தான் வாழ்க்கை என்று முடிவு செய்து விட்டதால், ஆடை அலங்காரத் துறையைப் பற்றி நிறையவும், விரிவாகவும், ஆழமாகவும் படிக்க ஆரம்பித்தார் அம்பானி. உலக

அளவில், இந்தத் துறையில் ஏற்பட்டிருக்கிற புதிய முன்னேற்றங்கள், புதுப்புதுத் துணிவகைகள், ஒவ்வொன்றுக்கும் இடையே என்ன வித்தியாசம், என்ன ப்ளஸ், என்ன மைனஸ், அவற்றில் எவை காலத்தின் சோதனையைத் தாண்டி நிற்கும், எவை சட்டென்று அழிந்துபோகும், எவை இந்தியாவுக்குப் பொருந்தும், எவை பொருந்தாது, எது நீண்ட கால உபயோகம், எது சட்டென்று உடைந்துபோகிற குமிழ் என்றெல்லாம் நன்கு அலசி ஆராய்ந்து அவர் தேர்ந்தெடுத்த ஆடைவகைதான் பாலியெஸ்டர்!

பாலியெஸ்டரில் முதலீடு செய்தால்தான் இந்தியாவில் ரிலையன்ஸுக்கு நல்ல எதிர்காலம் என்று அம்பானி தீர்மானித்ததற்குப் பல காரணங்கள் உண்டு. அவற்றில் முக்கியமானது, இந்தியச் சந்தையும் ஜனங்களும்!

ஐம்பதுகளின் மத்தியில் அம்பானி ஏடனிலிருந்து திரும்புவதற்கு முன்பாகவே இந்தியாவில் பாலியெஸ்டர் அறிமுகமாகிவிட்டது. என்றாலும், அது மெதுவாக வளரும் ஒரு துறையாகத்தான் இருந்தது. பலர் அந்தத் தொழிலில் ஈடுபட்டிருந்தபோதும், அதில் பெரிய லாபம் பார்த்தவர்கள் என்று யாரையும் சொல்வதற்கில்லை.

ஆனால், சீக்கிரத்திலேயே பாலியெஸ்டருக்கு இந்தியச் சந்தையில் நல்ல தேவை உருவாகும் என்று அம்பானிக்கு உறுதியாகத் தோன்றியது. ஏனெனில், பாலியெஸ்டர் ஆடைகள் மிகச் சௌகர்யமானவை. உபயோகிப்பதற்கும், பராமரிப்பதற்கும் சிரமமில்லை. தவிர, பருத்தி ஆடைகளோடு ஒப்பிடுகையில், அவற்றின் ஜிலுஜிலு உணர்வு இந்தியர்களைக் கவரும் என்று கணித்தார் அம்பானி.

தன்னுடைய உள்ளுணர்வை நம்பி, எப்போதும்போல், பெரிய முதலீட்டில் பாலியெஸ்டர் வர்த்தகத்தில் ஈடுபட்டார் அம்பானி. அவருடைய கணிப்பு கொஞ்சமும் தவறவில்லை. முதலில் பாலியெஸ்டர் இறக்குமதி வணிகத்திலும், பின்னர் நேரடி பாலியெஸ்டர் தயாரிப்பிலும், ஏற்றுமதியிலும், உள்ளூர் விற்பனையிலும் ரிலையன்ஸ் ஈடுபட்டது. மெல்ல மெல்ல, இந்தியாவின் துணி மார்க்கெட்டில் எழுபது சதவீதத்துக்கு மேல், பாலியெஸ்டர் கைப்பற்றிக் கொண்டது. பாலியெஸ்டரில் கடைசியாக இறங்கியது அம்பானிதான் என்றாலும், அதில் பெருமளவு லாபமும், பெயரும் அவருக்கே கிடைத்தது!

அன்றுமுதல், இன்றுவரை, ரிலையன்ஸ் நிறுவனத்தின் வளர்ச் சிக்கு, முதுகெலும்பாக இருப்பதே இந்த பாலியெஸ்டர்தான். இன்றைக்கு, உலகின் மிகப்பெரிய பாலியெஸ்டர் நிறுவனங் களில் ஒன்றாக ரிலையன்ஸ் திகழ்கிறது. தவிர, பாலியெஸ்டருக் கான மூலப்பொருள்களைத் தயாரிக்கும் பணியில் ஈடுபட்ட போதுதான் ரிலையன்ஸுக்கு இன்னும் பல புதிய கதவுகள் திறந்தன. சுருக்கமாகச் சொல்வதானால், ரிலையன்ஸின் இப் போதைய தலைவர் முகேஷ் அம்பானி சொல்வதுபோல், ''இந்த நிறுவனத்தின் தூண்கள், பாலியெஸ்டரில்தான் கட்டப்பட்டிருக் கின்றன!''

பாலியெஸ்டரால் அம்பானிக்குக் கிடைத்த பெயரையும், புகழையும் பின்னால் விரிவாகப் பார்க்கலாம். இப்போது நாம் ரிலையன்ஸின் புதிய அலுவலகத்துக்குச் செல்ல வேண்டி யிருக்கிறது!

மும்பையில் மஸ்ஜித் பண்டார் (Masjid Bandar) என்ற நெரிசல் மிக்க பகுதியில்தான் தனது சின்னஞ்சிறு அலுவலகத்தை வைத்திருந்தார் அம்பானி. தொழிலில் ஓரளவு முன்னேற்றம் கண்டதும், கொஞ்சம் பெரிய இடமாக இருந்தால் நல்லது என்று தோன்றியது. ஆகவே, தோபி தலாவுக்கு (Dhobi Talao) இடம் பெயர்ந்தது ரிலையன்ஸ். அங்கிருந்தவாறு, செயற்கை இழை களுக்கான தரகுத் தொழிலிலும் இறங்கினார் அவர்.

1965ல் ரிலையன்ஸ் நிறுவனம் ஒரு சிறிய சலசலப்பைக் கண்டது. அதன் பங்குதாரர்களான திருபாய் அம்பானி, சம்பக்லால் தமானி இருவருக்குமிடையே ஏற்பட்ட ஒரு கருத்து வேறுபாடு, சில பெரிய மாற்றங்களை உண்டாக்கிவிட்டது.

என்னதான் சேர்ந்து தொழில் செய்துகொண்டிருந்தாலும், அம்பானிக்கும் தமானிக்கும் இடையே அணுகுமுறையில் ஒரு மிகப்பெரிய வித்தியாசம் இருந்தது. அம்பானி தைரியமான பேர்வழி. ஒரு புதிய விஷயத்தில் இறங்கவேண்டும் என்று தீர்மானித்து விட்டால், தன்னுடைய நம்பிக்கையின் அடிப்படையில், ரிஸ்க் எடுக்கத் தயங்கமாட்டார். ஏடனில் சுறாக்களுக்கு நடுவே அவர் பயணித்து ஐஸ் க்ரீம் சாப்பிட்டது நினைவிருக்கிறதல்லவா?

ஆனால் தமானி, சரியான முன்ஜாக்கிரதை முத்தண்ணா. புதிய, பெரிய விஷயங்கள் எதில் பணம் போடுவதென்றாலும் அவருக்

குள் நடுக்கம்தான். ''இருக்கிற பணத்தை வைத்துக்கொண்டு, இருக்கிற தொழிலை ஒழுங்காகச் செய்தால் போதாதா? என்னத்துக்கு இந்தப் புது அவஸ்தைகளெல்லாம்?'' என்று நினைக்கிற அவருடன், அம்பானி போன்றவரால் எப்படித் தொடர்ந்து இயங்கமுடியும்?

அவர்களிடையே ஏற்கெனவே மெலிதாக உண்டாகியிருந்த விரிசல், 1965ல் அம்பானி செய்த ஒரு தீர்மானத்தால் இன்னும் பெரிதானது. ரிலையன்ஸ் நிறுவனத்துக்கென சொந்தமாக ஒரு நெசவு ஆலை அமைப்பது என்று முடிவு செய்தார் அம்பானி. அதில் தமானிக்குக் கொஞ்சமும் விருப்பமில்லை. ''நமக்குப் பழக்கமில்லாத சமாசாரத்தில் இறங்கி ஏன் கையைச் சுட்டுக் கொள்ளவேண்டும்?'' என்று வாதிட்டார் தமானி.

அவருடைய பயந்தாங்கொள்ளிப் பிரசாரத்தில் அம்பானிக்கு ஒப்புதல் இல்லை. துணிகளை வாங்கி விற்பதை விட, நாமே நெய்து விற்றால் இன்னும் அதிக லாபம் பார்க்கலாம்; முன்னேறலாம் என்பதுதான் அவரைச் செலுத்திக்கொண்டிருந்த யோசனை. இந்தத் துறையில் வெறும் வியாபாரியாக இருந்து விட்டுப் போவதில் அவருக்குத் திருப்தியில்லை. ஆடைத் தயாரிப்பாளராக, இந்த மார்க்கெட்டில் தனது முத்திரையைப் பதித்து, அதைக் கட்டுப்படுத்தும் ஒரு பெருந்தலையாக வளர விரும்பினார் அவர். அதுதானே அம்பானி!

இந்தப் பிரச்னையினால், ரிலையன்ஸ் நிறுவனத்திலிருந்து தமானி விலகிக்கொண்டார். அவருடைய பங்கை ஒழுங்காகப் பிரித்துக் கொடுத்து அனுப்பிவிட்டு, தனக்கென்று புதிய நெசவாலை அமைக்கும் பணிகளில் இறங்கினார் அம்பானி.

1966ம் ஆண்டுத் தொடக்கத்தில், அம்பானியின் சொந்த மாநில மான குஜராத்தில் அஹமதாபாத் நகரிலிருந்து இருபது கிலோமீட்டர் தூரத்திலிருக்கும் நரோடா என்ற இடத்தில், அம்பானியின் முதல் நூற்பாலை அமைக்கப்பட்டது. வெளி நாட்டிலிருந்து தருவிக்கப்பட்ட நான்கு நூற்பு இயந்திரங் களுடன், சுமாராக இரண்டு லட்சத்து எண்பதாயிரம் ரூபாய் செலவில் அம்பானி அந்த நூற்பாலையை அமைத்தார்!

கிட்டத்தட்ட அதே சமயத்தில்தான் இந்தியாவின் மற்றொரு முன்னணித் தொழிலதிபரான ஆதித்யா பிர்லா, 'இந்தியன் ரேயான்' என்னும் நிறுவனத்தை விலைக்கு வாங்கி, அதைத்

தன்னுடைய நூற்பாலையாக மாற்ற முயற்சி செய்து கொண்டிருந்தார். கிட்டத்தட்ட முப்பது லட்சம் ரூபாய் விலை கொடுத்து அவர் இந்தியன் ரேயானை விலைக்கு வாங்கியதாகச் சொல்லப்படுகிறது. ஆனால் அதில் பத்து சதவிகிதத்துக்கும் குறைவான செலவிலேயே, தனக்கென்று ஒரு புதிய நூற்பாலையைக் கட்டிமுடித்துவிட்டார் அம்பானி!

நரோடா நூற்பாலையில் தயாரான துணிவகைகள் அனைத்தும் நல்ல தரமானவையாக இருந்ததால் 'ரிலையன்ஸ் டெக்ஸ் டைல்ஸ்' என்ற பெயரில் பல வெளிநாடுகளுக்கு அவற்றை ஏற்றுமதி செய்தார் அம்பானி. அதில் கிடைத்த லாபத்தைக் கொண்டு, அந்த நூற்பாலையை அமைப்பதற்காக வாங்கிய கடனை சில ஆண்டுகளில் முழுமையாக அடைத்துவிட்டார்.

ரிலையன்ஸ் டெக்ஸ்டைல்ஸ் ஆடைத் தயாரிப்புகளுக்கான தேவை பெருகப் பெருக, நரோடா மில்லில் பல புதிய இயந்திரங் கள் வந்து இறங்கின. நிறைய பேர் வேலைக்குச் சேர்த்துக் கொள்ளப்பட்டார்கள். மெல்ல மெல்ல அந்த மில் வளர்ந்து, பெரிதாகி, அம்பானியைத் துணி வியாபாரி என்ற நிலையில் இருந்து ஒரு வெற்றிகரமான தொழிலதிபராக மாற்றியது!

1968ம் ஆண்டு, அம்பானியின் குடும்பம் பத்து ஆண்டுகளுக்கும் மேலாக வசித்துவந்த வேணிலால் எஸ்டேட்ஸ் ஒண்டிக் குடித்தன வீட்டிலிருந்து, வேறொரு வசதியான பெரிய வீட்டுக்குக் குடிபெயர்ந்தது. அதுவரை தன்னுடைய எல்லா தொழில் பயணங்களுக்கும் பஸ் பிரயாணத்தையே நம்பியிருந்த அம்பானி தனக்கென்று ஒரு ஃபியட் கார் வாங்கிக்கொண்டதும் அப்போதுதான்!

அதுவரை ஏற்றுமதி வர்த்தகத்தில் மட்டும் முழு கவனம் செலுத்தி வந்த அம்பானியின் ரிலையன்ஸ் குழுமம், உள்ளூர் மார்க் கெட்டை நோக்கி தன் பார்வையைத் திருப்பியது எழுபதுகளில் தான். இந்தியாவில் பாலியஸ்டர் ஆடைகள் அதிவேகமாகப் பிரபலமடைந்து கொண்டிருப்பதை கவனித்த அம்பானி, 1970ல் இந்தியா முழுதும் ரிலையன்ஸின் ஆடைகளை விற்பனை செய்யவேண்டும் என்று முடிவுசெய்தார்.

இதற்காக நரோடா மில்லைப் பல மடங்கு விரிவாக்க வேண்டியிருந்தது. நியாயமான செலவுக்குச் சளைக்காத அம்பானி பல லட்ச ரூபாய்களைக் கொட்டி, தனது நூற்

பாலையை விரிவுபடுத்தினார். உலக அளவில் ஆடைத் தயாரிப்பில் என்னென்ன புது விஷயங்கள், நல்ல செயல்முறைகள் உண்டோ, அவை அனைத்தையும் தனது நரோடா மில்லில் செயல்படுத்திக் காட்டினார் அம்பானி. தன்னுடைய நிறுவனத்தின் ஆடைகளை யாரும் குறைசொல்ல முடியாதபடி தயாரிக்க வேண்டும். ரிலையன்ஸ் தயாரிப்பு என்றாலே அது தரமானதாகத்தான் இருக்கும் என்கிற நற்பெயரை, நம்பிக்கையை வாடிக்கையாளர்கள் மத்தியில் உருவாக்கிக் கொள்ள வேண்டும் என்பதே அவருடைய லட்சியமாக இருந்தது.

பெரிய அளவில் உற்பத்தி செய்யும்போது, செலவு தானாகக் குறையும் என்னும் அம்பானியின் வழக்கமான பாணி, பாலியெஸ்டர் ஆடைத் தயாரிப்பிலும் பின்பற்றப்பட்டது. தவிர, உலகத்தரத்தில் அமைந்த நூற்பாலையிலிருந்து தயாராவதால், ரிலையன்ஸின் பாலியெஸ்டர் ஆடை ரகங்கள், மற்றவர்களின் தயாரிப்புகளைவிட ஒரு மாற்று கூடுதலாகவே மிளிர்ந்தன.

ஆகவே, அம்பானியால் மிகக் குறைந்த விலையில், தரமான பாலியெஸ்டர் ஆடைகளைத் தரமுடிந்தது. இந்திய வாடிக்கையாளர்களுக்கு அதுதானே வேண்டும். ரிலையன்ஸின் ஆடைகளை அவர்கள் ஆசையோடு அள்ளிக்கொள்ள, அதன் காரணமாகவே இந்தியாவில் பாலியஸ்டருக்கான மொத்தத் தேவை - டிமாண்ட் - ஜுரவேகத்தில் உயர்ந்தது. நாம் முன்பே பார்த்தது போல் இந்தியாவில் விற்பனையாகும் ஆடை ரகங்களில் 70 சதவீதம் பாலியெஸ்டர்தான் என்ற நிலை உண்டானது. அதற்கு முக்கியமான காரணமாக அமைந்தது ரிலையன்ஸின் தரமான தயாரிப்புகள்தாம்!

1975ம் ஆண்டு, உலக வங்கியிலிருந்து ஒரு தொழில்நுட்பக்குழு நம் நாட்டுக்கு வந்திருந்தது. அவர்கள் இங்கிருக்கும் ஆடைத் தயாரிப்பு நிறுவனங்களைப் பார்வையிட்டு, இந்தியாவில் தயாராகும் ஆடைகள் எந்த அளவு தரமானவை என்று அறிய விரும்பினார்கள். இதற்காக, அந்தக் குழுவினர் இந்தியா முழுவதும் பயணம் மேற்கொண்டு, முக்கியமான ஆலைகள் அனைத்தையும் நேரடியாகப் பார்த்து, சோதித்து, அவை பற்றிய தங்களது கருத்துகளை உலக வங்கியிடம் அறிக்கையாகச் சமர்ப்பித்தனர்.

அந்த அறிக்கையில், அவர்கள் ரிலையன்ஸ் நிறுவனத்தை வாயாரப் புகழ்ந்திருந்தனர். ‘‘வளர்ந்த நாடுகளில் இருக்கும்

நூற்பாலைகளைப் போன்ற அற்புதமான தரத்தில் அமைந் திருக்கும் ஒரேயோர் இந்திய நூற்பாலை நரோடாவி லிருக்கும் ரிலையன்ஸின் நூற்பாலைதான்'' என்று அவர்கள் குறிப்பிட்டுப் பாராட்டியதால் ரிலையன்ஸின் புகழ் உலக அளவில் பரவலானது.

உலக வங்கியின் இந்த அறிக்கையையும் மிஞ்சும்படியான ஒரு பாராட்டு 1977ம் ஆண்டு ரிலையன்ஸுக்குக் கிடைத்தது. 'ஜப்பான் டெக்ஸ்டைல் நியூஸ்' எனும் ஜப்பானியப் பத்திரிகை யின் நிருபர் ஒருவர், ரிலையன்ஸின் நரோடா ஆலையைப் பார்வையிட்டுவிட்டு, ''ஜப்பான் போன்ற வளர்ந்த நாடுகளில் கூட இப்படியொரு சிறந்த நூற்பாலையைப் பார்க்க முடியாது'' என்று புகழ்ந்து எழுதினார்!

இப்படியாக, அம்பானியின் கனவுகள் யாவும் நனவுகளாகத் தொடங்கியிருந்த நிலையில், அவர் இன்னும் பெரிய கனவு களைக் காணத் தொடங்கினார். ஏற்கெனவே மிகச்சிறப்பாக இயங்கிக்கொண்டிருக்கும் தனது நூற்பாலையை இன்னும் விரிவாக்கவும் நவீனப்படுத்தவும் விரும்பினார் அவர். மேலும், ஆடைத் தயாரிப்பு தொடர்பான வேறு சில தொழில்களிலும் ஈடுபட விரும்பினார். ஆனால் அதற்கெல்லாம் பணம்?

அந்தக் காலத்தில் இந்தியாவிலிருந்த பெரும்பாலான நிறுவனங்கள், தங்களுடைய தொழில் முதலீடுகளுக்குத் தேவையான பணத்தை, வங்கிகள் மற்றும் பிற வணிக அமைப்புகளிலிருந்து கடனாகப் பெற்றுக்கொள்வது வழக்கம். ஆனால், இதில் பெரிய பிரச்சினை ஏகப்பட்ட வட்டி. வருகிற லாபத்தில் பெரும் பகுதியை அவர்களுக்கு ஒதுக்கிவைத்தாக வேண்டும்.

அந்த ஒரு விஷயம்தான் அம்பானிக்கு வேப்பங்காயாகக் கசந்தது. ''என் கனவு, என் உழைப்பு, அதன்மூலம் வருகிற லாபத்தை நான் ஏன் சம்பந்தமில்லாத ஒருவனுக்குப் பகிர்ந்து தரவேண்டும்?'' என்று யோசித்தார் அவர்.

தவிர, ஓவர்டைமில் உழைத்துக்கொண்டிருந்த அவரது மூளை சரசரவென்று பலப்பல புதிய திட்டங்களைத் தீட்டும். இதைச் செய்யலாம்; அதில் இறங்கலாம்; இதை வாங்கி விற்றால் லாபம்; அதைத் தயாரித்து விற்றால் நல்லது என்று பல திசைகளில்

அவரது கனவுகளும்; திட்டங்களும் செயல்பாடுகளும் பறந்து கொண்டிருக்க, அவரது வேகத்துக்கு உடன் வருவதற்கோ, தீனி போடுவதற்கோ எந்த வங்கியாலும் முடியாது. என்னதான் கடன் என்றாலும், திடீர் திடீரென்று நினைத்துக்கொண்டாற்போல் காசு கேட்டால், யார்தான் அள்ளித் தருவார்கள்?

இந்த விஷயங்களையெல்லாம் யோசித்துப் பார்க்கிறபோது, வங்கிகளில் கடனுக்குச் சென்று நிற்பது தனக்கு ஒத்துவராத விஷயம் என்று அம்பானிக்குப் புரிந்துவிட்டது. வேறு வழிமுறைகளைத்தான் யோசித்தாகவேண்டும்.

ராத்திரி பகலாக இந்தப் பிரச்சினையையே மனதில் போட்டுக் குழப்பிக்கொண்டிருந்த அம்பானிக்குள் திடீரென்று ஒரு வெளிச்சம் அடித்தது. ரொம்ப நாளாகவே, 1970லிருந்து அவருக்குள் இருந்துவந்த யோசனைதான் அது. ஆனால் இப்போது அதைச் செயல்படுத்தினால்; தனக்குத் தேவையான பணமும் சீக்கிரமாகச் சேரும், பலரும் அதனால் பயனடை வார்கள் என்று அவருக்குத் தோன்றியது.

அவரது அந்தத் திட்டம், இந்தியா முழுவதும் ஒரு மிகப்பெரிய புரட்சியாக மலர்ந்தது. பல மத்தியதரக் குடும்பங்களின் பொருளாதாரச் சிக்கல்களைத் தீர்த்துவைத்து, அவர்களின் வாழ்க்கை முறையையே தலைகீழாக மாற்றிப்போட்டது.

ஐந்து

கடந்த பத்து ஆண்டுகளில், நம் நாட்டில், ‘ஸ்டாக் மார்க்கெட்’ எனப்படும் பங்குச்சந்தை, குறிப்பிடத்தக்க வளர்ச்சியையும் வீழ்ச்சியையும் கண்டிருக்கிறது. அதில் பணம் கொழிக்கிறது என்று தெரிந்துகொண்டு, ஆசை ஆசையாகக் கையிலிருந்த காசையெல்லாம் அங்கே கொண்டு கொட்டியவர்களும் உண்டு. ஹர்ஷத் மேத்தா விவகாரத்துக்குப்பின் ஏற்பட்ட பயத்தில், மீதமிருப்பதை அள்ளிக் கொண்டு மூச்சிறைக்கத் திரும்பி ஓடிவந்தவர்களும் உண்டு!

சில தில்லுமுல்லுகளின் சலசலப்பால் நமது ஸ்டாக் மார்க் கெட்கள் லேசாகக் கலகலத்திருக்கிறதே தவிர, மொத்தமாக இடிந்து விழுந்துவிடவில்லை. இப்போதும் தங்களின் வருடாந் திர சேமிப்பில், நல்ல கம்பெனிகளாகப் பார்த்து ஷேர்கள் வாங்குவதற்காக ஒரு தொகையை ஒதுக்கிவைக்கிறவர்கள் உண்டு. நன்கு முன்னேற்றம் காண்கிற துறையைக் கண்டறிந்து, அதில் சிறப்பாகப் பணியாற்றும் நிறுவனங்களின் பங்குகளில் முதலீடு செய்தால் நிச்சயமாக நல்ல பலன் கிடைக்கிறது என்று நடுத்தர வர்க்கத்து மக்கள் நம்புகிறார்கள்.

அவர்களின் இந்த நம்பிக்கைக்கு ஆதாரம் எழுபதுகளின் பிற்பகுதியில் மலர்ந்த இந்திய பங்குச்சந்தையின் பொற்காலம். அதற்கான முதல் படியை எடுத்துவைத்தவர் நமது பாலியெஸ்டர் ராஜா, திருபாய் அம்பானி.

அந்நாள்களில் பணத்தேவை இருக்கிற தொழிலதிபர்கள் எல்லோருமே, கடன் வழங்கும் நிதி நிறுவனங்களின் பின்னே நடையாக நடந்துகொண்டிருக்கையில், அம்பானி ஒரு புதிய கோணத்தில் சிந்தித்தார். பெருந்தலைகளிடம் கடன் வாங்கி,

அவர்களுக்கு லட்சம் லட்சமாக வட்டியைக் கொட்டிக் கொடுப்பதற்கு, சிறிய முதலீட்டாளர்களிடமிருந்து பணம் பெற்றுக் கொண்டால் என்ன? வருகிற லாபத்தில் அவர்களுக்கும் ஒரு நியாயமான பங்கைக் கொடுத்துவிட்டால் எல்லோருமே பயன் பெறலாமே!

சிறிய முதலீட்டாளர்கள் வேறு யாருமல்ல. நீங்களும் நானும்தான்.

அதாவது ஒரு ஆளிடமிருந்து இரண்டு கோடி ரூபாய் கடன் வாங்குவதற்குப் பதிலாக, இருபது லட்சம் பேரிடம், ஆளுக்குப் பத்து ரூபாய் வாங்கிக்கொண்டால் மொத்தத் தொகை இரண்டு கோடி. அதை முதலீடாக வைத்துக் கொண்டு தொழில் செய்து, அதில் செலவுகள் போக நாற்பது லட்சம் ரூபாய் லாபம் வருகிறது என்று வைத்துக் கொள்வோம். அதை அந்த இருபது லட்சம் பேருக்கும், ஆளுக்கு இரண்டு ரூபாயாகப் பிரித்துக் கொடுத்துவிடுவது!

இந்தத் திட்டத்தின் அழகான அம்சமே, இதனால் இருதரப் பினருக்கும் நன்மை இருப்பதுதான். அம்பானியைப் பொறுத்த வரை; புதிய முயற்சிகளுக்குத் தேவையான முதலீடு சிரமமில்லா மல் கிடைத்துவிடுகிறது. மக்களைப் பொறுத்தவரை, அவர்கள் கொடுத்த பத்து ரூபாய்; சில மாதங்களுக்குள் பன்னிரண்டு ரூபாயாக வளர்ந்துவிட்டது. ரிலையன்ஸ் நிறுவனம் தொடர்ந்து நல்லபடியாக வேலை செய்து லாபம் சம்பாதித்தால், இதே பன்னிரண்டு ரூபாய், ஆறு மாதம் கழித்து, பதினைந்தாகலாம் இருபதாகலாம் நூறாகலாம் ஆயிரமாகக்கூட ஆகலாம்!

அம்பானிதான் இந்தியாவில் பங்குச்சந்தையை அறிமுகப்படுத்தி னாரா என்றால், இல்லை. அவருக்கு முன்பே பல நிறுவனங்கள் தங்களின் பங்குகளை இங்கே வெளியிட்டிருந்தன. ஆனால், அவற்றைப் பெரும்பான்மை மக்களிடையே கொண்டு சேர்த்து, அதன் அனைத்து சாத்தியங்களையும் முழுமையாகப் பயன் படுத்திக்கொண்டவர் அம்பானி. எனவே அவரை, ''இந்திய பங்கு மார்க்கெட்டின் முன்னோடி'' என்று வணிகவியலாளர்கள் குறிப்பிடுவது உண்டு.

1977 வரையிலான இந்திய பங்குச்சந்தை, விஷயமறிந்த பெரும் பணக்காரர்கள் மட்டுமே புழங்கும் இடமாக இருந்துவந்தது.

நடுத்தர வர்க்கத்தினருக்கு, பங்குமார்க்கெட் என்றால் என்ன? அதில் எப்படி முதலீடு செய்வது? செய்தால் என்ன நன்மை? என்னென்ன ஆபத்துகள் என்றெல்லாம் விளக்கிச் சொல்வதற்குக் கூட ஆளில்லாததால், அவர்கள் எப்போதும்போல் தங்கம், வீட்டு மனைகள் போன்றவற்றிலேயே தங்களுடைய சேமிப்புகளை முதலீடு செய்துவந்தார்கள்.

அந்த நடுத்தர வர்க்கத்தினரைத்தான் அம்பானி உன்னிப்பாகக் கவனித்தார். பங்குச் சந்தையில் ஈடுபட்டிருந்த மற்ற தொழில் நிறுவனங்கள் பார்க்கத் தவறிய ஒரு மாபெரும் வாய்ப்பை, தங்கச் சுரங்கத்தை அவரால் உணரமுடிந்தது!

நடுத்தர வர்க்கத்தினரிடம் பெரிய அளவில் சேமிப்புகள் இல்லாமல் இருக்கலாம்; ஆனால், அவர்களுடைய எண்ணிக்கை மிகமிகப் பெரியது. கோடிக்கணக்கில் இந்த தேசம் முழுதும் நிறைந்திருக்கும் அவர்கள் தங்களுடைய சேமிப்புகளைப் பங்கு மார்க்கெட்டில் முதலீடு செய்தால், அதன்மூலம் நிறையப் பணம் திரட்டலாம்; புதுப்புது தொழில் முயற்சிகளில் ஈடுபடலாம் என்று அவரது பிஸினஸ் மூளை கணக்குப் போட்டது.

ஆனால், அவர்களை எப்படிப் பங்கு மார்க்கெட்டில் முதலீடு செய்ய வைப்பது என்பதுதான் அவருக்கு அடுத்த பிரச்னையாக இருந்தது.

ஏழ்மையான குடும்பப் பின்னணியிலிருந்து வந்தவர் என்பதால், அம்பானிக்கு சாதாரண மக்களின் கவலைகளும் பயங்களும் புரிந்துதான் இருந்தது. பங்கு மார்க்கெட் என்றில்லை, எந்தப் புதிய விஷயத்தில் தங்களின் பணத்தைப் போடுவதானாலும், அவர்கள் ஆயிரம் முறை யோசிப்பார்கள். பெரிதாக லாபம் வராவிட்டாலும் பரவாயில்லை, தங்களின் பணம் நஷ்டமாகி விடாது என்கிற உத்திரவாதத்தை எதிர்பார்ப்பார்கள் அவர்கள். ஏனெனில், அதிலிருக்கும் ஒவ்வொரு பைசாவும், அவர்கள் வியர்வையும் ரத்தமும் சிந்திச் சம்பாதித்தது. அதை இழப்பதற்கு அவர்கள் எப்போதும் விரும்பமாட்டார்கள்.

ஆகவே, பங்கு மார்க்கெட்டில் பணத்தை முதலீடு செய்வது அவர்களுடைய எதிர்காலத்துக்கு நல்லது. அப்படி முதலீடு செய்கிற பணம் எங்கேயும் தொலைந்துவிடாது; நஷ்டமாகி விடாது என்கிற நம்பிக்கையை அவர்களிடம் உண்டாக்க

வேண்டும். அதன்பின், மற்றவை தானாக நடக்கும் என்று அவர் முடிவுசெய்தார்.

இந்த உளவியல் கருத்தை அடிப்படையாகக் கொண்டு, ரிலையன்ஸின் பங்குகளுக்கான விளம்பரங்கள் தயாராயின. இதற்கு முதல்படியாகத் தன்னுடைய நிறுவனத்தின் பங்குத் திட்டத்துக்கு 'ரிலையன்ஸ் கஸானா' என்று பெயரிட்டார் அம்பானி. அதாவது ரிலையன்ஸ் பொக்கிஷம் பெயரிலேயே, அது ஒரு பொன் கொழிக்கும் முதலீடு என்னும் உறுதியை, அழுத்தமாக மக்கள் மனதில் பதியவைத்தார் அவர்.

இப்படி பலத்த முன்னேற்பாடுகளுடன் பங்குமார்க்கெட்டில் இறங்கிய அம்பானி, தன்னுடைய நோக்கத்தில் தெளிவாக இருந்தார். இனி, ரிலையன்ஸின் எதிர்காலத்துக்கான முதலீட்டை இந்த தேசத்தின் எளிய மக்கள்தான் திரட்டித் தரப்போகிறார்கள். அவர்களுக்கு நான் என்னால் ஆனதைத் திருப்பிச் செய்வேன்!

1977ம் ஆண்டு நவம்பரில் ரிலையன்ஸின் பங்குகள் முதன் முறையாகப் பொதுமக்கள் வாங்குவதற்கென வெளியிடப் பட்டன. இதனை ஆங்கிலத்தில் IPO (Initial Public Offering) என்பார்கள். பத்து ரூபாய் முகப்பு விலையிலேயே, இருபத் தெட்டு லட்சம் பங்குகளை வெளியிடுவதாக அறிவித்தார் அம்பானி. 1978 ஜனவரியில் அவை சந்தைக்கு வந்தபோது, முதல் நாளிலேயே அவற்றின் மதிப்பு 23 ரூபாய் வரை உயர்ந்தது என்றால், ரிலையன்ஸின் பங்குகள் எந்த அளவு வரவேற்கப் பட்டன என்பதைப் புரிந்துகொள்ளலாம்.

ரிலையன்ஸின் பங்குகளை அடுத்த நிலைக்கு எடுத்துச் செல்லும் நோக்கத்துடன், இன்னொரு ஏற்பாடும் செய்தார் அம்பானி. அவர் நியமித்த ஊழியர்கள், நடுத்தர வர்க்கத்தினர் வாழும் பகுதிகளில் வீடுவீடாகச் சென்று, ஷேர் மார்க்கெட் பற்றியும் ரிலையன்ஸ் பற்றியும் ரிலையன்ஸில் முதலீடு செய்வதன் நன்மைகள் பற்றியும் விவரமாக எடுத்துச்சொல்லி விளம்பரம் செய்தார்கள். ஆர்வமுள்ளவர்களுக்கு விண்ணப்பங்களையும் அங்கேயே பூர்த்திசெய்து கொடுத்தார்கள்.

அம்பானியின் வளர்ச்சியைப் பொறுக்காத சிலர், ''ரிலையன்ஸின் பங்குகளை வாங்காதீர்கள்'' என்று தீவிரமாகப் பிரசாரம் செய்த கூத்தும் நடந்தது. ''ரிலையன்ஸ் ஒன்றுக்கும் ஆகாத கம்பெனி,

வேகமாக ஊதினால் உடைந்துவிடுகிற நீர்க்குமிழி போல; அதை நம்பாதீர்கள். அதற்குப் பதிலாக கோல்கேட், ஹிந்துஸ்தான் லீவர் போன்ற இந்தியாவில் காலூன்றியிருக்கும் பன்னாட்டு நிறுவனங் களின் பங்குகளை வாங்குங்கள். அவைதான் நீண்டநாள் நிலைக்கக்கூடியவை. நம்பகமானவை'' என்று மக்களை மூளைச்சலவை செய்கிற முயற்சியில், அம்பானியின் தொழில் முறை விரோதிகள் சிலர் ஈடுபட்டதாகத் தெரிகிறது. ஆனால், முதலீட்டாளர்கள் அவர்களைப் புறக்கணித்து விட்டார்கள்.

சில நாள்களுக்குள் நாடெங்கும் ரிலையன்ஸின் பங்குகள் பரபரப்பாகப் பேசப்பட்டன. மக்களில் பெரும்பாலானோருக்கு பங்கு மார்க்கெட்டைப் பற்றி அரிச்சுவடிகூட தெரியாது. ஆனால், ரிலையன்ஸ் ஒரு தரமான துணி நிறுவனம் என்று அவர்கள் கேள்விப்பட்டிருந்தார்கள்; அறிந்திருந்தார்கள். அந்த நம்பிக்கை யில்தான் அதன் பங்குகளை வாங்க விரும்பினார்கள் அவர்கள்.

அரசு ஊழியர்களும் விவசாயிகளும் சிறு வியாபாரிகளும் ஓய்வுபெற்ற / மூத்த குடிமக்களும் ரிலையன்ஸில் முதலீடு செய் வது பற்றி ஆர்வமாகக் கேட்டறிந்தனர். கிட்டத்தட்ட அறுபதா யிரம் மக்கள் ரிலையன்ஸின் பங்குகளை வாங்கிக் குவிக்க, திட்டமிட்டபடி ரிலையன்ஸ் நிறுவனத்துக்கு 2.8 கோடி ரூபாய் சேர்ந்துவிட்டது.

இவை யாவும் அம்பானியின் யோசனைதான் என்றாலும், மக்களிடமிருந்து இப்படியொரு மகா வரவேற்பை அவர் எதிர்பார்த்திருக்கவில்லை. ரிலையன்ஸில் முதலீடு செய்வதில் இந்திய மக்கள் காட்டிய அதீத ஆர்வம், அவரை மிகவும் உருகச் செய்துவிட்டது. அவர்களுக்காக ஏதேனும் விசேஷமாகச் செய்யவேண்டும் என்கிற அவருடைய ஆசை, இன்னும் உறுதிப் பட்டது. ''எங்களை நம்பி, எங்கள் நிறுவனத்தில் தங்களுடைய பணத்தை முதலீடு செய்திருக்கும் இந்த மக்கள் ஒவ்வொருவரும், இனி ரிலையன்ஸ் குடும்பத்தின் அங்கத்தினர்கள்'' என்று நெகிழ்ச்சியுடன் குறிப்பிட்டார் அம்பானி. அன்றுமுதல் ஒவ்வொரு முறை தனது பங்குதாரர்களைப் பற்றிப் பேசும் போதும், 'ரிலையன்ஸ் குடும்பம்' என்றுதான் சொல்வார் அவர்.

1977ல் வெளியிட்ட பங்குகளின் மூலம் கிடைத்த தொகையை, ரிலையன்ஸ் தனது நரோடா ஆலையை விரிவுபடுத்துவதற் காகவும், மற்ற சில புதிய முயற்சிகளிலும் செலவிட்டது. அதன்

பிறகு, ரிலையன்ஸ் தனது ஒவ்வொரு புதிய திட்டத்துக்கும் முதலீடு தேடி பங்குச் சந்தையில் பங்குகளை வெளியிடுவதும், மக்கள் அதை வாங்கிக் குவிப்பதும் வழக்கமாகிவிட்டது.

ரிலையன்ஸின் பங்குதாரர்களுடன், அம்பானிக்கு ஓர் உணர்ச்சி மயமான உறவு இருந்தது. கம்பெனியின் ஒவ்வொரு வளர்ச்சியும் ஒவ்வொரு புதிய அறிவிப்பும் அதன் பங்குகளை வைத்திருக்கும் ஆயிரக்கணக்கான, பின்னாள்களில் லட்சக்கணக்கான மக்களுக்கு தபால் மூலம் தெரிவிக்கப்பட்டது. அவர்களுடைய பணம், இப்போது எந்த நிலைமையில் இருக்கிறது; எவ்வளவு சம்பாதித்திருக்கிறது; எப்போது அவர்களுக்கு அந்தத் தொகை கிடைக்கும் என்பதையும் அடிக்கடி கடிதங்கள் மூலம் தெரிவித்துக்கொண்டிருந்தது ரிலையன்ஸ்.

ஒருகட்டத்தில் ரிலையன்ஸ், அதன் பங்குதாரர்களுக்கு அனுப்பும் கடிதங்களின் எண்ணிக்கை மிகவும் அதிகமாகி, தபால் துறையினராலேயே அதைச் சமாளிக்க முடியவில்லை. ஆகவே, அலுவல் விஷயமாக வெளியூருக்குச் செல்கிற ரிலையன்ஸ் ஊழியர்கள் யாராக இருந்தாலும், அந்த ஊர்த் தபால்களை அவர்கள் கையிலேயே மொத்தமாகக் கட்டிக் கொடுத்து, அங்கே போனதும் ஏதாவது ஒரு தபால் பெட்டியில் போட்டுவிடுமாறு சொல்லியனுப்பலானார் அம்பானி.

அது சரி, கொடுத்த பணத்துக்கு வெறுமனே தபால் அனுப்பிக் கொண்டிருந்தால் போதுமா? ரிலையன்ஸை நம்பிப் பணம் போட்டவர்களுக்கு, என்ன பலன் கிடைத்தது? அது ஒரு மிகப்பெரிய வெற்றிக்கதை!

ரிலையன்ஸ் நிறுவனம், தொடர்ந்து வெற்றிகரமாக இயங்கி லாபம் சம்பாதித்துக் கொண்டிருந்ததால், அதில் முதலீடு செய்தவர்களின் பணமும் நன்றாகச் செழித்து வளர்ந்து கொண்டுதான் இருந்தது. அதாவது, நீங்கள் பத்து ரூபாய் பணம் கொடுத்து ஒரு ரிலையன்ஸ் ஷேர் வாங்கினீர்கள் என்று வைத்துக்கொள்வோம். இப்போது அதன் மதிப்பு இருபது ரூபாய். இன்னும் மூன்று மாதம் கழித்து முப்பது ரூபாய்; அடுத்த சில மாதங்களில் நாற்பத்தெட்டு ரூபாய்; இப்படிக் கொஞ்சம் கொஞ்சமாக உயர்ந்துகொண்டே இருக்கும். உங்களுக்கு எப்போது பணத்தேவை இருந்தாலும், உங்கள் கைவசமிருக்கும் ரிலையன்ஸ் ஷேர்களை அப்போதைய மதிப்பிற்கு விற்றுப் பணம் பெற்றுக்கொள்ளலாம்.

இது எல்லா கம்பெனிகளும் செய்வதுதான். என்றாலும், ரிலையன்ஸ் அளவுக்கு அசுர வளர்ச்சி அவர்களுக்குச் சாத்திய மாகவில்லை. தவிர, ரிலையன்ஸின் லாபத்திலிருந்து ஒரு பகுதியை வருடாவருடம் டிவிடெண்ட் (Dividend) எனப்படும் ஈவுத்தொகையாகவும்,

அவ்வப்போது கூடுதல் போனஸ் பங்குகளாகவும் முதலீடு செய்தவர்களுக்கு வழங்கி வந்தார் அம்பானி. அவர்கள் சற்றும் எதிர்பாராத நேரத்தில் கிடைக்கிற இந்த 'திடீர்' தொகைகள், மத்தியதர வர்க்கத்தினருக்கு எந்த அளவு உபயோகமாக இருந்திருக்கும் என்று விளக்கிச் சொல்லவேண்டியதில்லை!

மற்ற சில கம்பெனிகள், சுய லாபத்துக்காக தங்களுடைய ஷேர்களின் மதிப்பு, ஒரு குறிப்பிட்ட எல்லையைத் தாண்டாமல் பார்த்துக்கொள்வார்களாம். ஆனால், அம்பானியைப் பொறுத்த வரை அதற்கு நேர் எதிராகவே செயல்பட்டு வந்தார் அவர். ரிலையன்ஸின் பங்கு மதிப்பு, எப்போதும் ஏறிக்கொண்டிருந்ததே தவிர பெரிய அளவில் சரிந்ததே இல்லை. இதற்கு முழு முதல் காரணம், அம்பானியின் கவனமான, எச்சரிக்கையான நடவடிக்கைகள்தான்.

ரிலையன்ஸ் தொடர்பான எந்த முடிவு எடுப்பதானாலும், அதில் தன்னுடைய பங்குதாரர்களின் நன்மையையும் கருத்தில் கொண்டுதான் செயலாற்றுவார் அம்பானி. ஒரு விஷயத்தில் தனது பங்குதாரர்கள் பாதிக்கப்படக்கூடும் என்று தெரிந்தால், அதைத் தவிர்ப்பதற்காக, தன்னால் இயன்றவரை அவர் போராடுவார் என்று அம்பானியின் நெருங்கிய நண்பர்களும், அதிகாரிகளும் குறிப்பிடுகிறார்கள்.

உதாரணமாக, பங்கு மார்க்கெட்டில் சம்பாதிக்கும் டிவிடெண் டின் மீது, இரட்டை வரிவிதிப்பு செய்வதாக இந்திய அரசாங்கம் முடிவெடுத்தபோது, அதனால் ரிலையன்ஸுக்கு எந்தப் பெரிய இழப்பும் இல்லை. ஆனால், இந்தப் புதிய வரிவிதிப்பினால் தன்னுடைய பங்குதாரர்கள் பெரிதும் பாதிக்கப்படுவார்கள் என்று உணர்ந்த அம்பானி, தனது அரசியல் நண்பர்களிடம் இதுபற்றிப் பேசி, பாராளுமன்றத்திலும் தன் குரலை வலுவாக ஒலிக்கச்செய்தார். இப்படிப் பல சந்தர்ப்பங்களில் தன்னிடம் முதலீடு செய்தவர்களின் நலனுக்காகப் பாடுபட்டிருக்கிறார் அம்பானி.

ரிலையன்ஸில் முதலீடு செய்வதால், இப்படிப் பல்முனை லாபங்கள் உண்டு என்று புரிந்துகொண்டபின், பொதுமக்கள் மேலும் அதிக ஆர்வத்துடன் அதன் பங்குகளை வாங்கலானார்கள். மெல்ல மெல்ல, ரிலையன்ஸின் பங்காளர்கள் எண்ணிக்கை அறுபதாயிரத்திலிருந்து உயர்ந்து, பல லட்சங்களைத் தொட்டுவிட்டது. பங்குச் சந்தையில் தடுக்கி விழுந்தால், ரிலையன்ஸ் ஷேர் வைத்திருக்கும் ஒருவரின் மீதுதான் விழவேண்டும் என்ற அளவுக்கு ரிலையன்ஸின் பங்குகள் வெகுஜன ஆதரவைப் பெற்றுவிட்டன.

இப்படி ஏகப்பட்ட மக்கள் ரிலையன்ஸின் பங்குகளை வாங்கித் தள்ளுவது, அம்பானிக்கு மிகுந்த சந்தோஷம்தான் என்றாலும், இதனால் சில வேடிக்கையான சம்பவங்களும் நடந்தன.

பொதுமக்களிடமிருந்து பணம்பெற்றுத் தொழில் நடத்துகிற எந்த ஒரு நிறுவனமும், தன்னிடம் முதலீடு செய்திருக்கும் எல்லோரையும் வருடத்துக்கு ஒருமுறை ஒரே இடத்தில் அழைத்துத் தங்களது நிதிநிலைமை, லாபநஷ்டங்களைப் பற்றி அந்த வருடாந்திரப் பொதுக்கூட்டத்தில் அறிவிக்கவேண்டும். முதலீட்டாளர்களின் நலன் கருதி உண்டாக்கப்பட்டிருக்கும் வருடாந்திரக் கூட்டம் இது.

பொதுவாக, இந்தக் கூட்டங்கள் நட்சத்திர ஹோட்டல்களில், மூடிய அறைகளுக்குள் சமோசா சாப்பிட்டவாறு நடக்கும். ஆனால், லட்சக்கணக்கில் முதலீட்டாளர்களைச் சேர்த்துக் கொண்டிருக்கிற ‘ரிலையன்ஸ் குடும்பத்தை’ எந்த ஹோட்டலில் அடைத்துக் கூட்டம் நடத்துவது?

ஆகவே, ரிலையன்ஸின் வருடாந்திரக் கூட்டங்களை, பெரிய விளையாட்டு மைதானங்களில்தான் நடத்தவேண்டியிருந்தது. பந்தல் போட்டு, ஆயிரமாயிரம் நாற்காலிகளை வாடகைக்கு எடுத்து, அணி அணியாகத் திரண்டு வருகிற பங்குதாரர்களுக்கு உணவுப் பொட்டலங்கள் வழங்கி, மாபெரும் அரசியல் மாநாடுகள் போல் அந்தக் கூட்டங்கள் நடைபெற்றன.

அரசியல் மாநாடு என்று சொல்வதைவிட, அந்தக் காலத்தில் மஹாராஜாக்களின் ‘தர்பார்’ என்று சொல்வார்களே, அப்படியொரு சூழல்தான் அந்தக் கூட்டங்களில் நிலவும். ஆயிரக்கணக்கான பங்காளர்களுக்கு முன்னே ஒரு பேரரசரைப் போன்ற

பெருமையுடன் உரையாற்றுவார் திருபாய் அம்பானி. தனது பேச்சில் ரிலையன்ஸைப் பற்றிக் குறிப்பிடும்போதெல்லாம், 'உங்கள் கம்பெனி' என்றுதான் சொல்வார் அவர். அதைக் கேட்கும்போதே, அவரது பங்குதாரர்கள் அவரோடு இன்னும் அணுக்கமாக உணர்வார்கள்!

இதுபோன்ற வருடாந்திரக் கூட்டங்களை, சில பல புரியாத அட்டவணைகளைக் காண்பித்து, அதன்மூலம் தங்கள் கம்பெனியைப் பற்றிப் பெருமையடித்துக்கொள்கிற மேடையாகத்தான் பெரும்பான்மையான தொழிலதிபர்கள் பயன்படுத்துவார்கள். ஆனால் அம்பானி, வேறு சில நோக்கங்கள் வைத்திருந்தார். அவரிடம் முதலீடு செய்திருக்கும் மக்களில் பலருக்கும் ஸ்டாக் மார்க்கெட் என்றால் என்னவென்றே தெரியாது.

ரிலையன்ஸில் பணத்தை முதலீடு செய்வது என்பது, வங்கியில் பணம் போட்டு வைப்பதைவிட மேலானது என்னும் ஒரே நம்பிக்கையில், தங்களது மொத்த சேமிப்பையும் கொட்டியிருந்தார்கள் அவர்கள். தன்னை முழுமையாக நம்பும் அந்த மக்களுக்காக, அவர்களுக்குப் புரியும்படி பேசி நம்பிக்கையூட்டுவதும், அவர்களின் பங்கு மார்க்கெட் ஞானத்தை உயர்த்துவதும் தனது கடமை என்று நினைத்தார் அம்பானி.

ரிலையன்ஸின் முதலீட்டாளர்களில் பெரும் பகுதி, குஜராத்தைச் சேர்ந்தவர்கள்தான். எனவே, இதுபோன்ற கூட்டங்களில் குஜராத்தி மொழியிலும் உரையாற்றுவார் அம்பானி. ''நான் சொல்வதை மட்டும் நம்பாதீர்கள். உங்களுடைய முதலீடு எப்படி வளர்கிறது என்று நீங்களே தெரிந்துகொள்ளவேண்டும்'' என்று அவர்களுக்கு அறிவுரை தருவார் அவர். ''வணிகம் தொடர்பான செய்தித்தாள்களைப் படியுங்கள், ரிலையன்ஸ் பற்றி அவர்கள் என்ன சொல்கிறார்கள், உங்களுடைய அனுபவம் என்ன என்று ஒப்பிட்டுப்பாருங்கள்'' என்றெல்லாம் யோசனைகள் சொல்வார்.

இத்தனைபாடும் எதற்காக என்றால், தனது முதலீட்டாளர்களின் அறியாமையைத் தனக்குச் சாதகமாகப் பயன்படுத்திக் கொள்ளாமல், ரிலையன்ஸ் குடும்பத்தின் ஒரு பகுதியாகிவிட்ட அவர்களையும் தனது உயரத்துக்குக் கொண்டுவர நினைத்தார் அம்பானி.

•

உள்நாட்டிலும், வெளிநாடுகளிலும் நல்ல பெயரையும், திருப்தியடைந்த பல வாடிக்கையாளர்களையும் அசையாச் சொத்துகளாகப் பெற்றிருந்த ரிலையன்ஸ் நிறுவனம், தொடர்ந்து லாபம் சம்பாதித்து வந்தது. ஆகவே, அதற்கேற்ப ரிலையன்ஸ் பங்குகளின் மதிப்பும் வளர்ந்து கொண்டிருந்தது. வளர்ச்சி என்றால், சாதாரண வளர்ச்சியில்லை; விண்ணுக்கும், மண்ணுக்குமாக உயர்ந்து நிற்கும் விஸ்வரூப வளர்ச்சி!

அந்தக் காலகட்டத்தில், ரிலையன்ஸின் பங்குகளால், அவற்றில் முதலீடு செய்தவர்களுக்கு எந்த அளவு லாபம் கிடைத்தது என்பதை, ஒரு சிறிய உதாரணத்தின் மூலம் சொன்னால் சுலபமாகப் புரியும்.

1977ல் ரிலையன்ஸின் பங்குகள் அறிமுகப்படுத்தப்பட்டபோது, ஒருவர் ஆயிரம் ரூபாய் கொடுத்து நூறு ரிலையன்ஸ் பங்குகளை வாங்கினார் என்று வைத்துக்கொள்வோம். அவர் தன்னிடம் தரப்பட்ட பங்குச் சான்றிதழை, பீரோவில் வைத்துப் பூட்டிவிட்டார். இருபத்தைந்து வருடமாக அவர் அதை வெளியில் எடுக்கவும் இல்லை, விற்கவும் இல்லை.

2002ம் ஆண்டு, அவர் முதலில் வாங்கிய நூறு ஷேர்களோடு, போனஸாக வழங்கப்பட்ட மற்ற ஷேர்களும் சேர்த்து, அவரிடம் மொத்தம் 512 ஷேர்கள் இருக்கின்றன. அப்போதைய மார்க்கெட் நிலவரப்படி அந்த 512 ஷேர்களின் மதிப்பு, ஒரு லட்சத்து நாற்பதாயிரம்!

இதுதவிர, இந்த இருபத்தைந்து ஆண்டுகளில், டிவிடெண்ட் எனும் போனஸ் தொகையாகவே, அவருக்கு இருபத்தைந்தாயிரம் ரூபாய்க்கு மேல் கிடைத்திருக்கிறது. ஆக, 1977ல் முதலீடு செய்த ஆயிரம் ரூபாயின் இப்போதைய மதிப்பு, ஒரு லட்சத்து அறுபத்தைந்தாயிரம். ரிலையன்ஸில் அவர் முதலீடு செய்த தொகை, இருபத்தைந்து ஆண்டுகளில், 165 மடங்குக்கு மேல் உயர்ந்திருக்கிறது!

யோசித்துப் பாருங்கள். வங்கியிலோ, தபால் அலுவலகங்களிலோ, அல்லது ஒரு லட்சம் ரூபாய் முதலீடு செய்தால் அரை பவுன் தங்கக்காசு தரும் தனியார் நிதி நிறுவனங்களில்கூட, நம்முடைய ஆயிரம் ரூபாய்க்கு இப்படியொரு அசாத்திய வளர்ச்சியை எதிர்பார்க்கமுடியுமா?

இந்தக் காரணத்தால்தான், ரிலையன்ஸ் பங்குகளின் பின்னால் மக்கள் சாரிசாரியாகச் சென்று சேர்ந்தார்கள். ரிலையன்ஸில் பங்குகளை வாங்குவதற்கான விண்ணப்பங்கள் பிளாட்ஃபாரங் களில் வைத்து விற்கப்பட்டன. பின்னாள்களில் அம்பானி பெட்ரோலியத் தொழிலில் ஈடுபட முடிவுசெய்து, அதற்கான பங்குகளை வெளியிட்டபோது, சாதாரணமாக யாரும் முதலீடு செய்யத் தயங்குகிற அந்தத் துறையில்கூட, அம்பானிக்காக 'ரிலையன்ஸ் பெட்ரோலியம்' பங்குகளை வாங்கினார்கள் மக்கள்.

ரிலையன்ஸின் பங்குகள், சமூகத்தில் ஒரு கௌரவ அடையாள மாகவே மதிக்கப்பட்டன. ரிலையன்ஸ் பங்குகளை வைத்திருப் பவர்கள் மரியாதையோடு பார்க்கப்பட்டார்கள். தங்களிடமிருந்த ரிலையன்ஸ் ஷேர்களை விற்று, மகளுக்குத் திருமணம் செய்தவர்களும், மகனை வெளிநாட்டுக்குப் படிக்க அனுப்பி யவர்களும் ஏராளம். இவ்வளவு ஏன்? வடக்கே சில திருமணங் களில், மாப்பிள்ளைக்கு வரதட்சணையாக ரிலையன்ஸ் பங்குச் சான்றிதழ்களைத் தட்டில் வைத்துக் கொடுத்தவர்களும் உண்டு!

இன்றைக்கும், ரிலையன்ஸ் பங்குகளை வைத்திருப்பவர்கள் யாரைக் கேட்டாலும், அவர்களிடம் ஒரு நெகிழ்ச்சியான கதை இருக்கும். எப்போதோ விளையாட்டாக முதலீடு செய்த தொகை, பல மடங்காகக் கொழித்து, எதிர்பாராத ஒரு நேரத்தில் அவர்களுக்கு உதவியிருக்கும். இப்படி எத்தனையோ இந்தியக் குடும்பங்களில் ரிலையன்ஸ் ஒரு திருப்புமுனையாக இருந்திருக்கிறது.

தனிப்பட்டவர்களுக்கு மட்டுமில்லை, இந்தியாவின் பங்குச் சந்தைக்கே ரிலையன்ஸின் வருகை ஒரு வரப்பிரசாதமாக அமைந்தது. அதுவரை முறையற்றுச் செயல்பட்டுக் கொண்டிருந்த பங்கு மார்க்கெட், ரிலையன்ஸ் நுழைந்தபிறகுதான் ஒழுங்கு பட்டது. தன்னுடைய முதலீட்டாளர்களின் தேவைகளைப் புரிந்து கொண்டு, அவர்களுக்கு வேண்டியதைச் செய்த முதல் தொழில் நிறுவனம், அம்பானியின் ரிலையன்ஸ்தான். இந்த விஷயத்தில் மற்ற நிறுவனங்களும் அவரைப் பின்பற்ற வேண்டியிருந்ததால், பொதுவில் இந்தியப் பங்கு மார்க்கெட் மேம்பட்டது.

சுருக்கமாகச் சொல்வதானால், அம்பானி இல்லையென்றால், இந்தியாவில் பங்குச்சந்தை இந்த அளவுக்கு வளர்ந்திருக்காது எனலாம்.

●

பங்குச் சந்தையில் ரிலையன்ஸின் ஆதிக்கம் இப்போதும் தொடர்கிறது. இன்றைய தேதியில், ரிலையன்ஸின் பங்குதாரர்களின் எண்ணிக்கை கிட்டத்தட்ட ஐம்பது லட்சம். உலகின் மிகப்பெரிய பங்குதாரர் குழுக்களில் ஒன்றாக ரிலையன்ஸ் திகழ்கிறது.

ரிலையன்ஸின் பங்குகளை வாங்கவேண்டாம் என்று அலறிய கூட்டம், இப்போது இருக்கும் இடம் தெரியவில்லை. ஆனால், அவர்கள் செய்த பொய்ப்பிரசாரத்தை மட்டும் அம்பானி மறக்கவே இல்லை. அதன்பின் வெகுநாள் வரையில், ''நான் உடைந்துவிட்ட நீர்க்குமிழி'' என்று நண்பர்களிடம் வேடிக்கையாகச் சொல்லிச் சிரிப்பாராம் அவர்.

1999ம் ஆண்டு, புகழ்பெற்ற பிஸினஸ் பேரன்ஸ் (Business Barons) இதழ், 'இருபதாம் நூற்றாண்டின் சிறந்த இந்தியத் தொழிலதிபர்' என்கிற விருதை திருபாய் அம்பானிக்கு வழங்கியது. அந்த விருதைப் பெற்றுக்கொண்டு உரையாற்றியபோது, தன்னுடைய நிறுவனத்தில் முதலீடு செய்திருக்கும் பங்குதாரர்களை நன்றியுடன் நினைவுகூர்ந்தார் அம்பானி.

''இத்தனை ஆண்டுகளாக நான் என்ன செய்தேன் என்று யோசித்துப் பார்க்கிறேன். ஐம்பது லட்சம் குடும்பங்களில் செல்வம் பெருகுவதற்கும், குதூகலம் பொங்குவதற்கும், அந்தக் குடும்பங்களின் உறுப்பினர்கள் நலமாக, மகிழ்ச்சியாக இருப்பதற்கும் நானும், என்னுடைய நிறுவனமும் ஒரு காரணமாக இருந்திருக்கிறோம். அதை நினைக்கும்போதுதான், எனக்கு மிகுந்த மனத்திருப்தி உண்டாகிறது'' என்று நெகிழ்ச்சியாகச் சொன்ன அம்பானி, தொடர்ந்து தன்னுடைய இன்னொரு மிகப்பெரிய ஆசையையும் வெளிப்படுத்தினார். ''ஆனால், இதுபோதும் என்று என்னால் ஓய்வெடுத்துவிட முடியாது. இதுவரை செய்ததைத் தொடர்ந்து செய்துகொண்டிருக்க வேண்டும். மேலும் பெரிதாக, விரிவாகச் செய்யவேண்டும். ஐம்பது லட்சம் குடும்பங்களுக்கு நம்மால் இதைச் செய்ய முடிந்ததென்றால், நாளை ஐம்பது கோடி குடும்பங்களுக்குப் பயன்படும்படி இதையே இன்னும் பெரிதாகச் செய்யமுடியும் தானே! செய்யவேண்டும்தானே!''

ஆறு

1977‍78ல் ரிலையன்ஸின் பங்குச்சந்தை நுழைவைத் தான் எண்ணியபடி வெற்றிகரமாக நிறைவேற்றியபின் அம்பானியின் கண்களை உறுத்திய அடுத்த விஷயம், ரிலையன்ஸின் ஆடைத் தயாரிப்புகளை இந்தியாவெங்கும் கொண்டு சேர்ப்பதில் இருந்த சில பிரச்னைகள்தான்.

ரிலையன்ஸ் நிறுவனம், குஜராத் மாநிலம் நரோடாவில் தயாராகும் தனது ஆடை வகைகளை, இந்தியாவின் மற்ற பகுதிகளுக்கு விநியோகிக்கவும் விற்பனை செய்யவும், சில மொத்த விற்பனையாளர்களையும் தரகர்களையுமே நம்பி யிருந்தது. ஆனால் இந்த விற்பனையாளர்கள், பெரிய கம்பெனி களின் தயாரிப்புகளை விற்பதில்தான் அதிக ஆர்வம் காட்டி னார்கள். ரிலையன்ஸ் போன்ற வளரும் நிறுவனங்களை அவர்கள் பெரிதாக மதிக்கவில்லை.

அவர்களுடைய இந்த அலட்சியப்போக்கின் விளைவாக பல பகுதிகளில் ரிலையன்ஸின் ஆடை வகைகள் சரியாகக் கிடைப்ப தில்லை என்று புகார்கள் எழுந்தன. இந்தப் பிரச்னைக்கான மூலகாரணத்தை விசாரித்துத் தெரிந்து கொண்ட அம்பானி அதிரடியான ஒரு முடிவை எடுத்தார்.

துணி மார்க்கெட் முழுதும் தங்களின் கட்டுப்பாட்டில்தான் இருக்கவேண்டும் என்று நினைக்கிற இந்த இடைத் தரகர்களை நம்பியிருப்பதால்தானே இத்தனை அவஸ்தை? ‘போடா சரிதான்’ என்று அவர்களை மொத்தமாகக் கை கழுவிவிட்டு, ரிலையன் ஸின் நேரடிப் பார்வையின்கீழ், நாடெங்கும் கடைகளைத் திறந்து, நாமே அவர்களுக்கு வேண்டியதை அனுப்பி வைத்து ஆதரித்தால் என்ன?

கேட்பதற்குச் சர்க்கரையாக இருக்கிறது. ஆனால், இப்படியொரு திட்டத்தைச் செயல்படுத்துவதில்தான் தலைவலிகள் அதிகம். நாடெங்கிலும் ரிலையன்ஸின் தயாரிப்புகளை விற்பனை செய்ய ஆர்வமுள்ள சிறு வியாபாரிகளைத் தேடிப்பிடிக்கவேண்டும். அதன்பின் அவர்கள் தனிக்கடை தொடங்குவதற்கான எல்லா உதவிகளையும் செய்துதரவேண்டும். அவர்கள் எதையெல்லாம் விற்கமுடியும் என்று நினைக்கிறார்களோ, அதை ஒழுங்காக அனுப்பிவைத்து, மாதம் தவறாமல் கணக்குப் பார்த்து, விற்ற சரக்குக்குப் பணம் வசூலித்து, விற்காத சரக்கைத் திரும்பப் பெற்று, புதிய சரக்கை மீண்டும் அனுப்பிவைத்து, இத்தனைக்கும் நடுவே அவர்களில் யாரும் ஏமாற்றிவிட்டு ஓடப்பார்க்கிறார்களா என்று பார்த்துக்கொண்டு... சுருக்கமாகச் சொன்னால், மகா பேஜாரான விஷயம்!

ஆனால், சிரமம் பார்க்காமல் இதைச் செய்து முடித்துவிட்டால், அதனால் வருகிற லாபம் அதிகம். இடைத் தரகர்கள் இல்லாத தால், விற்பனையில் முன்பைவிட அதிக அளவு லாபம் ரிலையன் ஸுக்குச் சேரும். அதேசமயம், கடை வைத்திருப்பவனும் பயனடைவான். கடைக்காரர்கள் எல்லோரும் நம்முடைய நேரடிப்பார்வையில் இருப்பதால், நமக்கு எது முக்கியம் என்று நினைக்கிறோமோ, அதன்படி விற்பனையை, விளம்பரங்களை நிர்ணயித்துக்கொள்ளலாம்.

இத்தனை விஷயங்களையும் கணக்குப் போட்டுப் பார்த்தபின் தான், இத் திட்டத்துக்கு பச்சைக்கொடி காட்டினார் அம்பானி. ரிலையன்ஸ், விற்பனையாளர் என்று இருதரப்பினருக்கும் நன்மைகள் உண்டாகும்படி இந்தத் திட்டம் அமைந்திருந்ததால், பங்கு மார்க்கெட்டில் அவருக்குக் கிடைத்தது போன்ற பெரும் ஆதரவு இதற்கும் கிடைக்கும் என்பது அவருடைய எதிர்பார்ப்பு.

அவருடைய ஊகம் பொய்யாகவில்லை. ரிலையன்ஸின் நேரடி விற்பனைக் கடைகள் நாடெங்கிலும் திறக்கப்பட்டு, நல்ல வரவேற்பைப் பெற்றன. இதன் மூலம், ரிலையன்ஸை நசுக்கப் பார்த்தவர்களிடையே மற்றுமொரு வெற்றி ரிலையன்ஸுக்கு.

1978ல் ரிலையன்ஸ் நிறுவனத்தின் துணி வகைத் தயாரிப்பு களுக்கு ஒரு பொதுவான விற்பனைப் பெயர் (Brand Name) சூட்டவேண்டும் என்று நினைத்தார் அம்பானி. மக்கள் மனதில் சட்டென்று பதியும் எளிமையான பெயராக அது இருக்க

வேண்டும். அப்போதுதான் அவர்கள் துணி வகைகள் வாங்க வேண்டும் என்று நினைக்கும்போதெல்லாம் அந்தப் பெயர் சீக்கிரத்தில் ஞாபகத்துக்கு வரும். கடைக்காரரிடம் அதைச் சொல்லிக் கேட்கவும் வசதியாக இருக்கும்.

நீண்ட பரிசீலனைக்குப்பின் அம்பானி தேர்ந்தெடுத்த பெயர் 'விமல்.' அம்பானியின் சகோதரர் ரம்னீக்பாயின் மூத்த மகனுடைய பெயர்தான் அது.

விமல் என்று பிராண்டைத் தேர்வு செய்துவிட்ட பிறகு, இந்தியர்கள் ஒவ்வொருவரும் உச்சரிக்கும் பழக்கமான பெயராக அதை ஆக்கிவிடவேண்டும் என்று தீர்மானித்தார் அம்பானி. மற்ற துணி வகைகளைவிட விமல் உசத்தி என்கிற அழுத்தமான எண்ணத்தை அவர்களுக்குள் எப்படியாவது விதைத்தாக வேண்டும். அதற்கு என்ன வழி? விளம்பரங்கள்தான்!

ஆகவே, பெரும் பொருள் செலவில், அச்சு ஊடகங்கள், தொலைக்காட்சிகள் என்று எல்லாவற்றிலும் விமலுக்கான விளம்பரங்கள் பெரிய அளவில் வெளியாகத் தொடங்கின. 'விமல் புடவைகள்', 'விமல் ஆடை ரகங்கள்' என்று ஊரெல்லாம் அதுதான் பேச்சு!

இந்தத் தொடர் விளம்பரங்களிடையே முதன்முதலாக, விமல் என்ற பெயரை நன்கு பிரபலப்படுத்தியது 'விமல் புடவைகள்' என்ற விளம்பரம்தான். இந்தியர்களால் பெரிதும் ரசிக்கப்பட்ட அந்த விளம்பரத்தின் வாசகம்: ஒரு பெண் பல மொழிகளில் தன்னை வெளிப்படுத்துகிறாள், அவற்றில் ஒன்று: விமல்!

அதன் பின்னர்தான் 'ஒன்லி விமல்' என்ற கவர்ச்சியான ஸ்லோகன் உண்டானது. விமல் என்ற பிராண்டை பட்டிதொட்டி யெங்கும் பரப்பி, அதிஉயரத்துக்குக் கொண்டு சென்றுவிட்டது அந்த ஒற்றை வாக்கியம்.

அன்றுமுதல், ரிலையன்ஸ் நிறுவனத்தின் அடையாளமாகவே ஆகிவிட்டது விமல். மக்களிடையே அந்தப் பெயருக்கு மிக நல்ல வரவேற்பும், ஆதரவும் இருந்தது. 2002ல் எகனாமிக்ஸ் டைம்ஸ் நாளிதழ் நடத்திய ''இந்தியாவில் மிகவும் விரும்பப் படும் நம்பப்படும் பிராண்டுகள்'' என்ற தேர்வில், துணிவகை கள் பிரிவில் முதல் இடத்தைப் பிடித்தது விமல்!

விமல் என்ற பெயரின் கீழ் பலவிதமான ஆடைகளைத் தயாரித்து விற்பனை செய்துகொண்டிருந்தது ரிலையன்ஸ். அவற்றில் பெரும்பாலானவை பாலியெஸ்டர் ஆடைகள்தான். ஏனெனில், அப்போது இந்தியாவை பாலியெஸ்டர் மோகம் பிடித்து ஆட்டிக்கொண்டிருந்தது. ரிலையன்ஸ் அதை மிகச் சிறப்பாகப் பயன்படுத்திக்கொண்டது.

ஆனாலும், இதில் ஒரு சின்ன ஓட்டை இருப்பதாக அம்பானிக்குத் தோன்றியது. பாலியெஸ்டர் தயாரிப்பதற்கான மூலப் பொருள் களையெல்லாம் வெளிநாட்டிலிருந்து இறக்குமதி செய்வதற்கு ஏகப்பட்ட செலவாகிறது. அவற்றையும் இந்தியாவிலேயே தயாரிக்க முடிந்தால் எவ்வளவு நன்றாயிருக்கும்!

இதனால், நிறைய பணம் மிச்சமாவது ஒரு பக்கமிருக்க, வேறு சில முக்கியமான நன்மைகளும் இருக்கின்றன. முதலாவதாக, நம்முடைய ஆடைத் தயாரிப்புகளுக்கு நாம் யாரையும் நம்பியிருக்க வேண்டியதில்லை. நாளைக்கே அந்த நாட்டுக் காரன் நமக்கு வேண்டிய மூலப்பொருள்களை அனுப்பாமல் நிறுத்திவிட்டால் நாம் என்ன செய்வது? வேண்டுமென்றே, தரம் குறைவான மூலப் பொருள்களை அனுப்பினால் நம்முடைய துணியின் தரம் கெட்டுப்போகுமே என்றெல்லாம் அநாவசிய மாக பயப்படாமல் இருக்கலாம். தவிர, அந்த மூலப்பொருள் களை நாமே தயாரிக்கிறபோது, இந்தியாவிலிருக்கும் மற்ற பாலியெஸ்டர் ஆடைகளைத் தயாரிப்பவர்களுக்கும் அதைக் குறைந்த விலையில் விற்கலாம், வெளிநாடுகளுக்குக்கூட அனுப்பலாம். இதுவும் நல்ல பிஸினஸ்தானே?

அம்பானியின் இந்த யோசனை, அவரது நீண்டகாலக் கனவொன்றை நனவாக்குகிற முதல் படி. அவரது அந்தக் கனவுத்திட்டத்தை, ஆங்கிலத்தில் 'Backward Integration' என்பார்கள். தமிழில் 'பின்னோக்கிய இணைப்பு' என்று சொல்லலாம்.

இந்த பின்னோக்கிய இணைப்பைப் பற்றி, நாம் இப்போதே சற்று விளக்கமாகப் பார்த்துவிடுவது நல்லது. ஏனெனில், இனிவரும் அம்பானி சரிதத்தில் இந்த உத்தியைப் பலதடவை சந்திக்கப் போகிறோம். ''ஒரே ஃபார்முலாவை வைத்துக்கொண்டு ஒவ்வொருமுறையும் புதுசுபுதுசாக எப்படிய்யா இந்தாள் சாதிச்சார்?'' என்று மூக்கில் விரல்வைத்து வியக்கப்போகிறோம்!

பெயர்தான் பயமுறுத்துகிறதே தவிர, பின்னோக்கிய இணைப்பு என்பது அதிசாதாரணமான விஷயம். அதைச் செய்வதற்கு தைரியமும் விசாலமான பார்வையும் வேண்டும். அவ்வளவு தான்.

அதாவது, நீங்கள் ஒரு டீக்கடை வைத்திருக்கிறீர்கள். உங்கள் கடையில் அன்றாடம் தேவைப்படுகிற டீத்தூளையும் காபித் தூளையும் குப்புசாமி அண்ட் சன்ஸிலிருந்து வாங்கிக் கொள்கிறீர்கள். பால், கோபால்சாமி பால் டிப்போவிலிருந்து வருகிறது. இத்தூளையும் அந்தப் பாலையும் பயன்படுத்தி டீ, காபி தயாரிக்கிறீர்கள். ஒரு நாளுக்கு நூறு ரூபாய் லாபம் வருகிறது.

இப்போது உங்களுக்கு ஒரு யோசனை வருகிறது. இந்த கோபால்சாமி பால் விலையைக் கண்டபடி அதிகரிக்கிறான். பாலும் தண்ணியாவே உள்ளது. அவனை நம்பியிருப்பதை விட்டுவிட்டு, பேசாமல் நாமே ஒரு மாட்டை வாங்கி பால் கறந்தால் என்ன?

நியாயமான சிந்தனை. உங்களிடமிருந்த சேமிப்பைக் கொண்டு, அல்லது வங்கியில் கடன்பெற்று, புது மாடு வாங்குகிறீர்கள். பராமரிக்கிறீர்கள். பால் கறந்து பயன்படுத்துகிறீர்கள். இதில் உங்களுக்குச் செலவு கொஞ்சம் அதிகம்தான் என்றாலும், நிகர லாபம் நூறு ரூபாய்க்கு பதிலாக நூற்று நாற்பது ரூபாய் வருகிறது.

இப்போது நீங்கள் செய்தது ஒரு பின்னோக்கிய இணைப்பு. பாலை வாங்குவதற்குப் பதிலாக நீங்களே கறந்து கொள்கிறீர்கள். இதனால் உங்களுடைய அடிப்படைத் தொழிலான டீக்கடைக்கு அதிக லாபம் சேர்கிறது. கொஞ்ச நாள் கழித்து, இந்தப் புதிய தொழிலில் (மாடு வளர்த்துப் பால் கறப்பது) உங்களுக்கு சுவாரஸ்யம் தட்டினால், இன்னொரு மாடு வாங்கி, அது கறக்கிற பாலை, மற்ற டீக்கடைகளுக்கும் வீடுகளுக்கும் ஊற்றலாம். லாபம் இன்னும் கூடும்.

இதேபோல் இன்னொரு பின்னோக்கிய இணைப்பு யோசனை. குப்புசாமி அண்ட் சன்ஸ்ல டீத்தூள் விலை அதிகம். பேசாமல் நாமே ஒரு டீ எஸ்டேட்டை வாங்கிப் பயிரிட்டால் என்ன?

டீக்கடைக்காரன் டீ எஸ்டேட் வாங்குவதா என்று மலைத்துப் போகாதீர்கள் முன்னமே சொன்னதுபோல், பின்னோக்கிய

இணைப்பு செய்ய தைரியம் வேண்டும். அநாவசியக் கட்டுப்பாடுகளிலிருந்து வெளியே வந்து, சுதந்திரமாகச் சிந்திக்கிற மனது வேண்டும்.

இப்படியே, நம் தொழிலுக்குத் தேவைப்படும் எல்லா மூலப் பொருள்களுக்கும் யாரையும் நம்பியிருக்காமல், நாமே அவற்றைத் தயார் செய்துகொள்வது. அப்படி நாம் தயாரிக்கிற மூலப்பொருள்களை (உதாரணம்: பால், தேயிலைத் தூள்) மற்ற வியாபாரிகளுக்கு விற்று, லாபம் சம்பாதிப்பது. சுருக்கமாகச் சொன்னால், இதுதான் பின்னோக்கிய இணைப்பு.

இதைத்தான், பெரிய அளவில் முழுமையாகச் செய்தார் அம்பானி. ஆடை விற்பனை என்று தொடங்கியவர், ஆடைத் தயாரிப்பில் இறங்கினார். பிறகு அதற்கான மூலப்பொருள்களைத் தயார் செய்ய ஆரம்பித்தார். அந்த மூலப்பொருள்களைத் தயாரிப்பதற்கு, வேறு சில ரசாயனங்கள் தேவைப்பட்டன. அவற்றையும் தயாரிக்கலானார் அவர். இந்த ரசாயனங்களெல்லாம் பெட்ரோலியத்திலிருந்து கிடைக்கின்றன என்பதால், பெட்ரோலியத் துறையிலும் குதித்தார். இப்படியே பின்னால், பின்னால் சென்று, ஒரு கட்டத்தில், ஆரம்பம் முதல் இறுதி வரை ஆடைத் தயாரிப்புக்கான அத்தனை மூலப்பொருள்களையும், முழுக்க முழுக்க ரிலையன்ஸே தயாரிக்கிற தன்னிறைவு நிலையை எட்டினார் அம்பானி.

இதையெல்லாம் விரிவாகப் பின்னால் பார்க்கப்போகிறோம். இப்போது பாலியெஸ்டர் பிரச்சினைக்குத் திரும்புவோம்.

1966ல் மூன்று லட்சத்துக்கும் குறைவான முதலீட்டில் தொடங்கிய நரோடா ஆலை, இப்போது (1980களில்) கோடிக்கணக்கில் உற்பத்தி செய்யத் தொடங்கியிருந்தது. இந்த நிலையை மேலும் மேம்படுத்தும் உத்தேசத்துடன், தனது முதல் பின்னிணைப்பை, பாலியெஸ்டருக்கான மூலப்பொருள்களின் தயாரிப்பில் ஆரம்பித்தார் அம்பானி.

பாலியெஸ்டர் தயாரிப்பதற்கான முக்கிய மூலப்பொருள்கள் PSF எனப்படும் பாலியெஸ்டர் ஸ்டேபில் ஃபைபர் (Polyester Staple Fibre) மற்றும் PFY எனப்படும் பாலியெஸ்டர் ஃபிலமென்ட் யார்ன் (Polyester Filament Yarn). இந்த இரண்டையும் இந்தியாவிலேயே தயாரிப்பதாக முடிவுசெய்தது ரிலையன்ஸ். இதற்காக, பல

இடங்களைப் பார்வையிட்டு மஹாராஷ்டிரா மாநிலத்தில், பம்பாயிலிருந்து சுமார் 65 கிலோ மீட்டர் தொலைவிலுள்ள பாதால்கங்கா என்னும் இடம் பொருத்தமானதாகத் தேர்வு செய்யப்பட்டது.

இந்த சந்தர்ப்பத்தில்தான், அம்பானிக்கு மிகவும் அவசியப்பட்ட உதவிக் கரங்கள், அவருடைய மூத்த மகன் முகேஷ் அம்பானியிடமிருந்து கிடைத்தன. அமெரிக்காவின் ஸ்டான் ஃபோர்ட் பல்கலைக்கழகத்தில் எம்.பி.ஏ. படித்த முகேஷ் அடிப்படையில் ஒரு கெமிக்கல் எஞ்சினியர். ஆகவே, அவரது வேதியியல் துறை அறிவும் மேலாண்மைப் படிப்பும் பாதால்கங்கா ஆலைத் திட்டத்துக்குப் பயன்படும் என்று அம்பானிக்குத் தோன்றியது. 1981ல் ரிலையன்ஸில் சேர்ந்த முகேஷ் அம்பானி, பாதால்கங்கா ஆலையின் கட்டமைப்புப் பணிகளில் முழுமையாக ஈடுபட்டார்.

தொடர்ந்து, 1983ம் ஆண்டு திருபாய் அம்பானியின் இளைய மகன் அனில் அம்பானியும் ரிலையன்ஸில் இணைந்தார். அவரும் வேதியியலை விசேஷமாகக் கற்றவர்தான். அமெரிக்கா வின் பென்சில்வேனியா பல்கலைக்கழகத்தின் வார்ட்டன் நிர்வாகவியல் கல்லூரியில் எம்.பி.ஏ. படித்திருந்தார்!.

திருபாய் அம்பானியின் இரண்டு மகன்களும், அவருடைய கனவைப் பகிர்ந்துகொண்டு, ரிலையன்ஸில் அவரது வாரிசுகளாக மும்முரமாக இயங்கத் தொடங்கினார்கள். அடுத்த இருபது ஆண்டுகளுக்கு ரிலையன்ஸ் நிறுவனத்தின் வளர்ச்சியில், இந்த இரு சகோதரர்களுக்கும் மிக முக்கியமான பங்கு உண்டு.

1982ம் வருடம், பாதால்கங்காவில், PFY தயாரிப்புக்கான ஆலை நிறுவப்பட்டது. இதற்கான முழுப்பொறுப்பும் இருபத்தைந்து வயது இளைஞரான முகேஷ் அம்பானியிடம் விடப்பட்டிருந்தது. அவரும் இதைச் சவாலாக மேற்கொண்டு, இரண்டு ஆண்டுகளில் செய்யக்கூடிய ஆலைக் கட்டுமானப் பணிகளை, ஒன்றரை ஆண்டுகளுக்குள் செய்து முடித்தார். முந்நூறு ஏக்கர் பரப்பில் விரிந்து, உலகத்தரத்தில் செயல்படும் இந்த ஆலை, ரிலையன்ஸின் பெருமைக்குரிய சாதனைகளில் ஒன்று.

தொடர்ந்து, 1986ம் ஆண்டு PSF தயாரிப்புக்கான பிரிவும் பாதால்கங்காவில் தொடங்கப்பட்டது. உலக அளவில், இந்தப்

பொருள்களின் தயாரிப்பில் என்னென்ன லேட்டஸ்ட் மற்றும் சிறப்பான உத்திகள் உண்டோ, அவற்றையெல்லாம் பாதால் கங்கா ஆலையில் அமல்படுத்தி, தனது தயாரிப்புகளை உயர்ந்த தரத்தில் விற்பனைக்கு வைத்தார் அம்பானி. ஆண்டுக்குச் சுமார் பத்தாயிரம் டன் மூலப்பொருள்களைத் தயாரிக்கக்கூடிய இந்த பாதால்கங்கா ஆலையினால், ரிலையன்ஸின் பாலியெஸ்டர் தயாரிப்பு முழுமை பெற்றதுடன், இதே துறையிலுள்ள மற்ற வியாபாரிகளுக்கும் இந்த மூலப்பொருள்களை விற்றுப் பணம் ஈட்ட முடிந்தது!

ரிலையன்ஸின் பின்னோக்கிய இணைப்புத் திட்டத்தின் அடுத்தபடி - பாதால்கங்காவில் இப்போது தயாராகிக் கொண்டிருக்கும் PSF மற்றும் PFY ஆகியவற்றின் மூலப்பொருளான, PTA எனப்படும் பியூரிஃபைட் டெரெஃப்தாலிக் ஆஸிட் (Purified Terephthalic Acid) என்ற அமிலத்தைத் தயாரிப்பது. அதைத் தொடர்ந்து PTA-வின் மூலப்பொருளாகிய பாரக்ஸிலின் மற்றும் இதர பொருள்களின் தயாரிப்பு. சுருக்கமாகச் சொல்வதானால், பாலியெஸ்டர் தயாரிப்புக்கு என்னவெல்லாம் வேண்டுமோ, அதையெல்லாம் பாதால்கங்காவிலேயே தயாரித்துக் கொண்டுவிடுவது. அதன்பின் ஒரு பயலை நம்பியிருக்க வேண்டியதில்லை பாருங்கள்!

பாதால்கங்காவில் PTA தயாரிப்பதற்கான பிரிவு, 1986ல் தொடங்கப்பட்டது. அடுத்த இரண்டு ஆண்டுகளுக்குள் பாராஸைலீன் (Paraxylene) மற்றும் PTA தயாரிப்புக்குத் தேவையான அனைத்து உட்பொருள்களும் அங்கேயே தயாராகத் தொடங்கின. இதுதவிர, 1987 முதல் சலவைத்தூள் தயாரிப்புக்குத் தேவையான LAB எனப்படும் லீனியர் அல்கைல் பென்ஸீன் (Linear Alkyl Benzene) என்ற ரசாயனத்தையும் தயாரித்து விற்கத் தொடங்கியது ரிலையன்ஸ்.

இப்படியாக, 1988ம் ஆண்டுக்குள் பாதால்கங்கா ஆலையின் புண்ணியத்தில், தேசத்தின் முக்கியமான வேதிப்பொருள் தயாரிக்கும் நிறுவனங்களுள் ஒன்றாக நல்லபெயர் பெற்றுவிட்டது ரிலையன்ஸ். ஒருகாலத்தில் ரிலையன்ஸின் போட்டியாளர்களாகக் கருதப்பட்ட நிறுவனங்களெல்லாம் இப்போது தங்களுக்குத் தேவையான மூலப்பொருள்களை ரிலையன்ஸிடமே வாங்கவேண்டியிருந்தது. எனவே, அவர்களையெல்லாம் வெகுதூரத்தில் நிறுத்திவிட்டு உயரப் பறந்துகொண்டிருந்தது ரிலையன்ஸின் கொடி!

ஆனால், இந்த குஷியில், தங்களின் முதல் மற்றும் அடிப்படைத் தொழிலான துணித் தயாரிப்பையும் ரிலையன்ஸ் மறந்துவிட வில்லை என்பதுதான் முக்கியம். அதை மையமாகக் கொண்டு தான் மற்ற எல்லாத் தொழில்களும் என்பதில் அம்பானி மிகத்தெளிவாக இருந்தார். ஆகவே, பாதால்கங்காவில் தயாராகும் ரசாயனங்களைப் பயன்படுத்தி, தனது பாலியெஸ்டர் உற்பத்தியை நன்கு பெருக்கிக்கொண்டது ரிலையன்ஸ். அதற்குள், விமல் இந்தியர்களின் ஒட்டுமொத்த வரவேற்பைப் பெற்றிருந்ததால், விற்பனையும் கூடியது. இப்படி எல்லா விதங்களிலும் ரிலையன்ஸுக்கு லாபம்தான்; வளர்ச்சிதான்!

ரிலையன்ஸுக்கு மட்டுமின்றி, இதனால் நம் நாட்டுக்கும் சில முக்கியமான நன்மைகள் இருந்தன. அதுவரை வெளிநாட்டில் இருந்து தருவிக்கப்பட்டிருந்த பல ரசாயனங்களையும், ரிலையன்ஸ் இங்கேயே தயாரித்து விற்பனை செய்யத் தொடங்கியதால், நம் நாட்டின் இறக்குமதி அளவுகள் குறைந்தன. இதனால், ஆடைத் தயாரிப்பில் இந்தியா தன்னிறைவு அடைவதற்கான சாத்தியங்கள் அதிகரித்தன.

மேலும், இங்கேயே தயாராகும் ரசாயனங்கள், வெளி நாட்டிலிருந்து வாங்குவதைவிட விலை குறைவாகவும் தரமாக வும் கிடைத்ததால், ஒட்டுமொத்த தொழில் வளர்ச்சிக்கும் அது பெரிதும் பயன்பட்டது!

ஆரம்பத்தில் ஒரு சாதாரண துணி வியாபாரியாக இருந்த அம்பானி, இப்படியொரு 'மகா' திட்டத்தின் சூத்திரதாரியாக இருந்திருக்கிறார் என்றால், அதற்கான காரணங்களை யோசித்துப் பார்க்கவேண்டும். அம்பானியின் இந்தத் திட்டம் ஒரு நாளில், ஒரு வாரத்தில், ஒரு மாதத்தில் உருவானதில்லை. பல ஆண்டு களாக, தனக்குள்ளாகவே பலவிதமாக யோசித்து, வழிவகை களைச் சிந்தித்து ஆபத்துகளையும் கணக்கிட்டு, அவற்றைச் சரி செய்வதற்கான ஏற்பாடுகளையும் செய்து, படிப்படியாக, ஒவ்வொரு நிலையாகச் செதுக்கப்பட்ட கனவு இது!

அம்பானி இந்தத் தொழிலில் ஈடுபட்ட நாள்முதலே, அவருடைய பாக்கெட்டில் ஒரு 'ரகசியக் காகிதம்' இருந்ததாக அவருடைய நண்பர்கள் குறிப்பிடுகிறார்கள். அந்தக் காகிதத்தில் ஒரு சிறிய வரைபடம் இருந்தது. அதன் அடிமட்டத்தில் டெக்ஸ்டைல்ஸ் எனப்படும் துணித் தயாரிப்பு. அதற்குமேலாக,

துணித் தயாரிப்புக்குத் தேவையான மூலப்பொருள்கள்; அந்த மூலப்பொருள்களைத் தயாரிக்கத் தேவைப்படும் 'தாத்தா' பொருள்கள்; இன்னும் சற்று மேலாக, அவற்றைத் தயாரிக்க உதவும் 'கொள்ளுத்தாத்தா' பொருள்கள்; இன்னும் மேலாக இப்படியே படிப்படியாக மேலேறி, அந்த வரைபடத்தின் உச்சியில், கச்சா எண்ணெய்ப் பொருள்களைத் தோண்டி யெடுத்து, சுத்திகரித்து, விற்பனை செய்யும் 'பெட்ரோலியத் தொழில்' எனும் தாத்தாவுக்கெல்லாம் தாத்தா இருந்தார்!

இதுதான் அம்பானியின் நீண்டகாலக் கனவு. மண்ணுக்குள் இருந்து பெட்ரோலியம் தோண்டியெடுப்பது முதல், அவற்றைத் துணிகளாகச் செய்து விற்கும் நிலைவரை இந்த நீண்ட சங்கிலியிலிருக்கிற ஒவ்வொரு தொழிலிலும் ரிலையன்ஸ் ஈடுபடவேண்டும். எல்லாவற்றிலும் தனது ஆதிக்கம் இருக்க வேண்டும். இந்தத் துறையில் ஒரு அசைக்கமுடியாத ஒரு பிஸினஸ் மஹாராஜாவாக அமரவேண்டும் என்பதுதான் அவரது ஆசை, தாகம், வெறி, எல்லாமும்!

கனவு காண்பதற்கு, சில நிமிடங்களும் கற்பனைவளம்மிக்க மனதும் போதும். அதைக் கண் முன்னே நனவாக்குவதற்கு பல ஆண்டுகளும் துணிச்சலும் நம்பிக்கையும் உறுதியும் தளராத உழைப்பும் வேண்டும். இவை எல்லாமே அம்பானியிடம் இருந்தன. அவருக்குக் கீழே பணிபுரிந்த எல்லோரும், அவருடைய கனவைப் பகிர்ந்து கொண்டார்கள். அதை நிஜமாக்குவதற்கான உழைப்பில் பங்களித்தார்கள். அவர்களின் ஒத்துழைப்புடன், இருபது வருடங்களில், தனது கனவை நிஜமாக்கிக்கொண்டார் அம்பானி.

தொன்னூறுகளில், வெற்றிகரமான இந்தப் பின்னிணைப்புச் சங்கிலியின் கடைசிக் கண்ணியான பெட்ரோலியத் துறையிலும் திடமாகக் கால் பதித்தது ரிலையன்ஸ். அதுபற்றிப் பார்ப்பதற்கு முன்னால், வேறொரு முக்கியமான பிரச்னையை கவனிக்க வேண்டும். அம்பானியின் தனிப்பட்ட மற்றும் பொது வாழ்க்கையை மிகவும் பாதித்த சில மோசமான குற்றச்சாட்டு களும், அவற்றின் அதீதமான விளைவுகளும்.

பற்றி எரியும் இப்பிரச்சினையிலிருந்து அம்பானியும், ரிலையன் ஸும் எப்படி வெளியே வந்தார்கள் என்பது, பரபரப்பும், திகிலும், சோகமும், மன உறுதியும் நிரம்பிய ஒரு சுவாரஸ்யமான கதை!

ஏழு

மெழுகுவர்த்தியின் பிரகாசமான வெளிச்சத்துக்குக் கீழே, கொஞ்சம் இருள் இருப்பதுபோல, எந்த ஒரு வெற்றிகரமான மனிதரின் வாழ்க்கையிலும், சில இருண்ட பக்கங்கள் தென் படுவது உண்மைதான். ஆனால், அந்தப் பக்கங்களெல்லாம் உண்மையிலேயே இருட்டானவைதானா? அல்லது அவருடைய புகழின் வெளிச்சத்தைத் தாளமுடியாதவர்கள், அவற்றைத் திரைபோட்டு மறைத்து வைத்திருக்கிறார்களா என்னும் தீர்ப்பை, காலம்தான் சொல்லவேண்டும்.

எந்தப் பின்னணியும் இல்லாமல், தனிமனிதராக, லட்ச ரூபாய்க் கும் குறைவான முதலீட்டுடன் தொழில்துறையில் இறங்கிய அம்பானி, இத்தனை உயரங்களுக்குச் சென்றார் என்று சொல்லும் போதே, அவருடைய வெற்றிக்கான காரணங்கள் குறித்த முணுமுணுப்புகளும் அங்கங்கே எழுந்திருப்பதில் ஆச்சரிய மில்லை.

சிலருக்குப் பொறாமை, சிலருக்குக் கோபம், சிலருக்கு வயிற்றெரிச்சல், சிலருக்கு ஜஸ்ட் பரபரப்பு உண்டாக்குகிற ஆர்வம். இப்படிப் பலவிதமான காரணங்களால், அம்பானியைப் பற்றி விதவிதமான கதைகள் மீடியாக்களில் பரப்பப்பட்டன. அம்பானியின் வளர்ச்சி மொத்தமும், தவறான வழிமுறை களினால் கிடைத்ததுதான் என்று எழுதி, அவரை ஓர் ஏமாற்றுப் பேர்வழி என்று சித்தரித்த பத்திரிகைகளெல்லாம் உண்டு!

ஒருகட்டத்தில், இதுபோன்ற தொடர்ச்சியான விஷமப் பிரசாரங் களினால் எரிச்சலடைந்த அம்பானி, எந்தப் பத்திரிகையாளரிட மும் பேசுவதில்லை என்று முடிவெடுத்தார். யாருக்கும் அவர் பேட்டி தரவில்லை. அவர் மீது எழுப்பப்பட்ட எந்தக்

குற்றச்சாட்டுக்கும் அவர் பதில் சொல்லவில்லை. அதேசமயம், அவருடைய ரிலையன்ஸ் நிறுவனங்கள், எப்போதும்போல் வெற்றிகரமாக இயங்கிக்கொண்டிருந்தன. அவற்றின் பங்கு மார்க்கெட் மதிப்பு உயர்ந்து கொண்டுதான் இருந்தது. மக்களும் அவற்றின் மூலம் பயன்பெற்றுக்கொண்டுதான் இருந்தார்கள்.

அறுபதுகளில் தொடங்கி, திருபாய் அம்பானியின் மீது சுமத்தப் பட்ட பல்வேறு குற்றச்சாட்டுகள் பற்றியும், அவற்றுக்கான அம்பானி தரப்பு நியாயங்களைப் பற்றியும் விரிவாகப் பார்க்கும் முன், ஒரு விஷயத்தைத் தெளிவாகப் புரிந்துகொள்ளவேண்டும். இந்தியாவில் பிஸினஸ் நடத்துவது என்பது வெறுமனே பொருளைத் தயாரித்து விற்பதில்லை. அதற்கு ஆயிரம் வழிவகைகள் இருக்கின்றன. ஏற்றுமதி, இறக்குமதி, உள்ளூர் விற்பனை என்று எல்லாவற்றையும் கட்டுப்படுத்துகிற, கண்டிப்பான அரசாங்க விதிகள் இருக்கின்றன. அரசாங்க அதிகாரிகள் இருக்கிறார்கள். தொழில்முனைவோர்கள் விரும்பினாலும் சரி, விரும்பாவிட்டாலும் சரி, இவர்களும் சேர்ந்ததுதான் இந்தியத் தொழில் உலகம்! அதுவும் 1991க்கு முன்பாக நிலைமை படுமோசமாக இருந்தது.

தெருமுனையில், ஒரு சிறிய பெட்டிக்கடை நடத்துவதற்கே, நான்கைந்து அதிகாரிகளைச் சந்தித்து மனுக் கொடுத்து, அனுமதி பெற்றுத்தான் செய்யவேண்டியிருக்கிறது எனும்போது, பெரிய அளவில் தொழில்துறையில் இறங்கியிருக்கும் மனிதர்கள், அரசாங்கத்துடன் ஒத்துப்போவது மிகமிக அவசியமாகிறது.

இதற்காக, அவர்கள் சில அரசாங்க அதிகாரிகளுடன் நெருங்கிப் பழகுவதும், தங்களுடைய தேவைகளை, கஷ்ட நஷ்டங்களை விவரித்துச் சொல்லி, அதற்கேற்ப முடிவெடுக்குமாறு அவர் களைக் கேட்டுக்கொள்வதும், நம் ஊரில் நடக்காத விஷய மில்லை. இதற்காக அவர்கள் சில விலைகளைத் தரவேண்டி யிருக்கிறது. அதுவும் இங்கே சகஜம்தான்.

இத்தனை கஷ்டமும் ஏன் என்றால், அரசாங்கம் என்பது ஒரு மகாஇயந்திரம்; டீசலில் ஓடுகிற எஞ்சின்போல. விதிமுறைகள், சட்டதிட்டங்களில் இயங்குகிற ஒரு பெரிய இயந்திரம்தான் அரசாங்கம். அதுவும் பல்வேறு காரணங்களால் பொது மக்களுக்கு, தொழில்முனைவோருக்குக் கஷ்டங்களைக் கொடுக்கக்கூடிய, முரட்டுத்தனமான சில சட்டதிட்டங்களை

உடைய இயந்திரம் இந்த அரசு. முட்டாள்தனமான விதிகளை வைத்துக்கொண்டு, எல்லாமே விதிப்படிதான் நடக்கும் என்று அது நியாயமான பிடிவாதம் பிடிக்கும். அதை யாரும் மறுப்பதற்கில்லை.

ஆனால், அதன்முன்னே நிற்கிறவன், தன்னுடைய தொழிலில் லட்சக்கணக்கில், கோடிக் கணக்கில் பணத்தைக் கொட்டியிருக் கிறான். ஒரு குறிப்பிட்ட அனுமதி உத்தரவு வெளியாவதற்கு நான்கு நாள் தாமதமானால், அதனால் அவனுக்குப் பல ஆயிரம் ரூபாய்கள் நஷ்டமாகும் என்கிற யதார்த்தமெல்லாம், அந்த இயந்திரத்துக்குத் தெரியாது. அது விதிப்படிதான் நடக்கும். மேற்சொன்ன 'மனித' சமாசாரங்களையெல்லாம் இயந்திரங் களின் விதிமுறைகளில் சேர்க்கவும் வழியில்லை!

இந்தக் காரணங்களால்தான், அந்நாளைய தொழிலதிபர்கள், அரசாங்க இயந்திரத்தை இயக்கும் அதிகாரிகளுடன் சுமுகமான உறவு பாராட்டி வந்தார்கள். அவர்களின் 'கருணை'யால், கோப்புகள் சீக்கிரம் கையெழுத்தாவதும், உத்தரவுகள் உரிய நேரத்தில் இடப்படுவதும் நடந்து வந்தது.

மேற்படி ராஜதந்திரங்களும், இந்திய பிஸினஸ் துறையின் ஓர் அங்கம்தான் என்னும் நிலைமையில்தான் அம்பானி இந்தத் தொழிலில் காலெடுத்துவைத்தார். எந்தவித முன் அனுபவங் களும் இல்லாமல், தன்னுடைய தொழில் தொடர்பான அனுமதிகளுக்காக டெல்லியிலிருக்கும் அரசாங்கச் சுவர்களில் முட்டி மோதலானார் அவர்.

அம்பானி, ஏற்றுமதி வர்த்தகத்தில் ஈடுபடத் தொடங்கிய அந்தக் காலகட்டத்தை, 'லைசென்ஸ் ராஜ்' என்று வர்ணிப்பார்கள் பொருளாதார நிபுணர்கள். கையில் பணம் இருக்கிறதே என்று நீங்கள் எந்தத் தொழிலிலும் இறங்கிவிடமுடியாது. எதுவானா லும், அரசாங்கத்திடம் முறைப்படி அனுமதி லைசென்ஸ் பெற்றாகவேண்டும். உங்கள் வீட்டுக் கொல்லைப்புறத்தில் சும்மா விழுந்துகிடக்கிற மரச்சுள்ளிகளைக் கட்டுக்கட்டி விற்பதானாலும் சரி, அதற்கும் லைசென்ஸ் தேவை!

அந்த லைசென்ஸை அரசாங்கம் சும்மா எடுத்துக் கொடுத்து விடாது. நீங்கள் தொழில் செய்ய நினைக்கிற பகுதியில் எத்தனை பேர் இதேபோன்ற தொழிலைச் செய்ய விரும்புகிறார்கள்?

உங்களுக்கு அனுமதி கொடுப்பதால் யார் யாரெல்லாம் பாதிக்கப்படுவார்கள்? யார் யாரெல்லாம் நன்மையடைவார்கள்? உங்களைப்போல் இந்தியா முழுவதிலுமிருந்து மரச்சுள்ளி விற்க அனுமதி கேட்டிருக்கிறவர்களெல்லாம் யார் யார்? மாநிலம் வாரியாக அவர்களுக்கெல்லாம் எந்த சதவீதத்தில் அனுமதி தரப்பட்டிருக்கிறது? அவர்களோடு ஒப்பிடுகையில், உங்கள் மாநிலத்துக்கென்று ஒதுக்கப்பட்ட எண்ணிக்கையில் லைசென்ஸுகள் ஏற்கெனவே தரப்பட்டுவிட்டனவா இப்படிப் பல விஷயங்களையும் அலசி, ஆராய்ந்து, அவர்கள் உங்களுக்கு அனுமதி தருவதா, வேண்டாமா என்று தீர்மானிப்பார்கள்.

இதில் இன்னுமொரு விஷயம் கோட்டா (quota) என்பது. ஒரு தொழிற்சாலையில் இருவர் இன்ன அளவில்தான் ஒரு பொருளை உற்பத்தி செய்யவேண்டும் என்று அரசு முடிவெடுத்து விடும். லைசென்ஸ் வழங்கும்போது ஒரு குறிப்பிட்ட அளவு உற்பத்திக்குத்தான் லைசென்ஸ் என்று சொல்லிவிடுவார்கள். இந்த லைசென்ஸ் கோட்டா பெர்மிட் ராஜ்ஜியத்தில் மாட்டிக் கொண்டு திண்டாடியவர்கள் எத்தனையோ பேர்!

சுருக்கமாகச் சொல்வதானால், எல்லாம் ஆண்டவன் செயல். அல்லது ஆள்கிறவர்களின் செயல்!

தொழில்துறையிலும், ஏற்றுமதி, இறக்குமதித் துறையிலும் இப்படி ஆயிரம் கட்டுப்பாடுகளும், கடினமான விதிமுறைகளும் இருந்த காலகட்டத்தில், அநேகமாக எல்லா இந்தியத் தொழிலதிபர்களும், இந்த லைசென்ஸ் ராஜ்ஜியத்துக்கு பயந்து கொண்டுதான் இருந்தார்கள். அவ்வப்போது சில திரைமறைவு வேலைகளால், அவர்கள் விரும்பியபடி லைசென்ஸுகளை அவர்களால் பெற்றுவிட முடிந்தது என்றாலும், இக்கட்டுப்பாடு களுக்கு எதிராகப் போராடுகிற துணிச்சல், அநேகமாக யாருக்கும் இருக்கவில்லை!

லைசென்ஸ் ராஜின் சிக்கலான விதிமுறைகளையும், குழப்பமான சட்டதிட்டங்களையும் படித்து, கேட்டுத் தெரிந்துகொண்டு, அவற்றை மிகுந்த புத்திசாலித்தனத்துடன், தன்னுடைய நிறுவனத்துக்குப் பயன்தரும் வகையில் உபயோகப்படுத்திக் கொண்ட முதல் தொழிலதிபர் திருபாய் அம்பானியாகத்தான் இருக்கமுடியும் என்று வணிகவியல் ஆய்வாளர்கள் குறிப்பிடு கிறார்கள். ஆனால், இதற்காக எந்தக் கட்டத்திலும், அவர்

சட்டத்தை மீறியதாகத் தெரியவில்லை. அப்படி மீறியிருந்தால் அவரால் தொடர்ந்து தொழில் செய்திருக்கமுடியாது.

அம்பானியின் மதியூகமும், பிரச்னைகளுக்கிடையே தனக்கான வாய்ப்புகளைத் தேடிக் கண்டறிகிற திறமையும், லைசென்ஸ் ராஜின் கட்டுக்கோப்புகளையும் மீறி அவரை ஒரு வெற்றிகரமான தொழிலதிபராக உயர்த்தியது. மற்ற எல்லோரும் பெரிய தடைக்கற்களாக நினைத்துக்கொண்டிருந்த அரசாங்க விதிமுறைகளைக்கூட, படிக்கற்களாகப் பயன்படுத்திக்கொண்டு முன்னேற முடியும் என்று நிரூபித்தார் அம்பானி.

அதாவது, அரசாங்கத்தையும் அதன் சட்டதிட்டங்களையும் நம்முடைய தொழிலின் ஒரு பகுதியாகவே நினைத்துக்கொண்டு விடுவது. நம் ஊரில் ஒரு பிடிவாதமான ஆள் இருந்து, அவரிடம் நமக்கு ஏதும் காரியம் ஆகவேண்டியிருந்தால் என்ன செய்கிறோம்? ''அட, அந்தப்பய அப்பிடிதாம்பா முரண்டு பிடிப்பான். நாமதான் கவனமா பார்த்து நடந்துக்கணும்'' என்று சொல்கிறோம். அந்தப் பிடிவாத பார்ட்டியிடம் நாமும் சண்டை போட்டுக்கொண்டு நிற்காமல், அவருடைய வழியிலேயே சென்று, அவரையும் கோபப்படுத்தாமல், நம்முடைய விஷயமும் நிறைவேறும்படி பார்த்துக்கொள்வதுதானே சாமர்த்தியம்?

அடிப்படையில் லைசென்ஸ் ராஜ்ஜியம் இருந்திருக்கவே கூடாது. அப்படி இருக்கும் பட்சத்தில் அந்த ராஜ்ஜியத்தில் எதைச் செய்தால் பிழைக்கலாம் என்று அம்பானிக்கு நன்றாகவே தெரிந்திருந்தது. அதுதான், அம்பானியின் போட்டியாளர்களுக்குப் பொறுக்கமுடியாத குற்றமாகத் தோன்றிவிட்டது. அம்பானியின் புதுமையான இந்த அணுகுமுறையைப் பார்த்து, ''அட, இது நமக்குத் தோணாம போச்சே!'' என்று ஆச்சரியப்படாமல், கற்றுக்கொள்ளாமல், ''அவர் செய்வதெல்லாம் தப்பாட்டம்'' என்று பேசத் தொடங்கினார்கள். பெரிய அரசாங்க அதிகாரிகளுடன், அரசியல் தலைவர்களுடன் அம்பானிக்குத் தொடர்பு இருப்பதாகவும், அதனால்தான் அவருடைய திட்டங்களுக்கு மட்டும் உடனடியாக அனுமதிகள் கிடைத்து விடுகின்றன என்றும் பிரசாரம் நடந்தது.

அவர்களுடைய குற்றச்சாட்டின் ஒரு பகுதி நிச்சயமான உண்மைதான். அரசாங்கத்தில் செல்வாக்குமிக்க பலரும்

அம்பானியின் நண்பர்களாக இருந்தார்கள். ஆனால், அவர்களின் நட்பைத் தவறான முறையில் அம்பானி பயன்படுத்தினாரா என்பது கேள்விக்குறியே!

உதாரணமாக, அப்போதைய காங்கிரஸ் அரசில் நிதியமைச்சராக இருந்த பிரணாப் முகர்ஜி அம்பானியின் நல்ல நண்பர். ''எந்த விஷயத்தையும், தனக்கு இடப்பட்ட ஒரு சவாலாக எண்ணி ஏற்றுக்கொள்ளும் அம்பானியின் அணுகுமுறை என்னை மிகவும் கவர்ந்தது. அதனால்தான் நாங்கள் நெருங்கிய நண்பர்கள் ஆனோம்'' என்கிறார் முகர்ஜி. ''என்னைப்போல் பல அமைச்சர் களை, அரசியல்வாதிகளை அவர் தன் பாக்கெட்டில் வைத்திருந் தார். அதைப் பயன்படுத்தி தன்னுடைய காரியங்களைச் சாதித்துக் கொண்டார் என்றெல்லாம் பேசுகிறார்கள். அப்போதைய இந்தியாவின் நிதி நிலைமை, மிகுந்த கட்டுப்பாட்டில் இருந்தது. ஆகவே, பிஸினஸ் விஷயமாக அவர் ஆயிரம் பேரைச் சந்திக்கவேண்டியிருக்கும். அவர்களெல்லாமே அவருடைய கையாள்கள் என்று சொன்னால் எப்படி?'' என்றும் கேள்வி கேட்கிறார் முகர்ஜி.

அக்காலகட்டத்தில் சுதந்திர இந்தியாவின் தொழில் துறையின் வளர்ச்சிகளையும், வீழ்ச்சிகளையும் ஆராய்ந்து அறிந்த எவரும் பிரணாப் முகர்ஜியின் இந்த வாதத்தில் இருக்கிற நியாயத்தை ஏற்றுக்கொள்வார்கள். கடுமையான கட்டுப்பாடுகளிடையே தொழில் நடத்திவந்தவர்கள், தங்களுடைய பிரச்னைகளையும் மேற்படி விதிமுறைகளின் யதார்த்த அவஸ்தைகளையும் அரசாங்கத்திடம், அதிகாரிகளிடம் எடுத்துச் சொன்னால்தானே, சட்டதிட்டங்கள் காலத்திற்கேற்ப மாற்றப்படும்? யாருமே வாயைத் திறக்காமல் உட்கார்ந்திருந்தால், அப்புறம் பூனைக்கு மணி கட்டுவது யார்?

இந்த லைசென்ஸ் பூதத்தை எப்படிச் சமாளிப்பதென்று தெரியாமல் எல்லோரும் விழி பிதுங்கிக் கொண்டிருந்த காலகட்டத்தில்தான், அம்பானி தைரியமாக முன்வந்து சில நடவடிக்கைகளை எடுத்தார். அரசாங்க விதிமுறைகளைப் பற்றி எப்போதும் புலம்பிக்கொண்டிருக்காமல், அவற்றையும் சரியாகப் பயன்படுத்திக்கொள்வது சாத்தியம் என்று நிரூபித்தார்.

உதாரணமாக, நாம் முன்பே பார்த்ததுபோல, எதையாவது ஏற்றுமதி செய்தால்தான், இறக்குமதி செய்ய அனுமதிப்போம்

என்பது அப்போதைய அரசாங்கத்தின் கட்டளை. அதைச் சமாளிப்பதற்கு அம்பானி கண்டறிந்த சாதுரியமான உத்திதான், நஷ்டத்துக்கு ஏற்றுமதி செய்து, அதில் இழக்கிற பணத்தை, இறக்குமதியாகிற பொருளை விற்கும்போது ஈடுசெய்து கொள்வது. மசாலாப் பொருள்களை ஏற்றுமதி செய்து, அதனால் ஆயிரம் ரூபாய் நஷ்டப்பட்டு, பதிலுக்கு ரேயான் இறக்குமதி செய்து, அதை மூன்று மடங்கு லாபத்துடன் விற்கிறபோது கணக்குச் சரியாகிவிடுகிறதல்லவா? அரசாங்க விதிமுறையை யும் மீறவில்லை, நாம் விரும்பியபடி பணத்தையும் சம்பாதித்தாகிவிட்டது!

அம்பானியின் இந்த நடவடிக்கைகள்தான், பெரும் விமர்சனத் துக்கு உள்ளாயின. அரசாங்கத்தை ஏமாற்றுகிறார் என்றும், ஆட்சியில் இருப்பவர்களின் உதவியுடன், சட்டதிட்டங்களைத் தன் கம்பெனிக்கேற்ப வளைத்துக்கொள்கிறார் என்றும் அவரது போட்டியாளர்கள் பேசத் தொடங்கினார்கள்.

எல்லா வியாபாரிகளையும்போல், தன்னுடைய நிறுவனம் நல்ல லாபம் சம்பாதிக்கவேண்டும் என்கிற நோக்கம் அம்பானிக்கும் நிச்சயம் உண்டு. ஆனால், அதைத் தாண்டிய சில பொதுவான நோக்கங்களும் அவரிடம் இருந்தன. அரசில் உள்ளவர்களுடன் பேசும்போதெல்லாம், தன்னை இந்தியத் தொழில்துறையின் பிரதிநிதியாக நினைத்துக்கொண்டு, எல்லோருக்காகவும்தான் அவர் வாதாடியிருக்கிறார்.

இதற்கு உதாரணமாக, சில செயற்கை இழைகளை இறக்குமதி செய்வதற்கான வரிகளைக் குறைப்பதற்காக அம்பானி முயற்சி செய்த சம்பவத்தைச் சொல்கிறார்கள். அந்த இழைகள் அவருடைய தொழிலுக்கு மிகவும் முக்கியமானவை. அவற்றின் இறக்குமதி வரி குறைவதால் அவருக்குக் கூடுதல் லாபம் என்பதெல்லாம் உண்மைதான். ஆனால் இந்த இறக்குமதி வரிகள் குறைக்கப்படுவதால், கன்னாபின்னாவென்று பரவியிருந்த துணிக் கடத்தலும் குறைந்தது!

அதேபோல், அரசாங்க நிறுவனங்கள் மட்டும்தான் எண்ணெய் சுத்திகரிப்பில் ஈடுபடமுடியும் என்று கண்டிப்பான கொள்கை வைத்திருந்த இந்திய அரசு, அதைத் தளர்த்திக்கொண்டு, தனியார் நிறுவனங்களையும் இந்தத்துறையில் அனுமதிக்க முடிவு செய்தது. தனது தொடர்ந்த முயற்சிகளின் மூலம், அம்பானிதான்

இந்த மாற்றத்துக்கு முக்கியக் காரணமாக இருந்தார் என்று பத்திரிகைகள் குறிப்பிட்டன. கூடவே, அம்பானியின் ரிலையன்ஸ் நிறுவனம் எண்ணெய் சுத்திகரிப்புத் தொழிலில் இறங்க நினைத்தது. அதற்காகத்தான் அம்பானி இப்படிச் சுயநலமாகச் செயல்பட்டு அரசாங்க விதிமுறையை மாற்றினார் என்னும் குற்றச்சாட்டுகளும் எழுந்தன.

ஆனால் உண்மையில், இதுபோன்ற பெரும் தொழில்களில் தனியாரும் ஈடுபடுவதால், இந்தியப் பொருளாதாரத்துக்கு லாபம்தான். அரசாங்க நிறுவனங்கள் வைத்ததுதான் சட்டம் என்கிற ஆதிக்க நிலை மாறி, ஓர் ஆரோக்கியமான போட்டி உருவாகவும், விளைபொருள்களின் தரம் உயரவும், ஏற்றுமதி வீதம் அதிகரிக்கவும், பொதுவில் நாட்டின் நிதிநிலைமை மேம்படவும், இந்திய அரசின் இந்த முடிவு முக்கிய காரணமாக இருந்தது. தற்போது, அநேகமாக எல்லா தொழில்துறைகளும் இப்படித் தாராளமயமாக்கப்பட்டிருக்கின்றன என்பதைப் பார்க்கிறபோது, அம்பானியின் தொலைநோக்கு முயற்சிகளின் முக்கியத்துவத்தைப் புரிந்துகொள்ளலாம்!

இவ்வாறாக, அம்பானியின் ஒவ்வொரு நடவடிக்கையையும், சுயநல நோக்கில் பார்க்கவும் முடியும். கொஞ்சம் கூர்ந்து கவனித்தால், அதிலிருக்கிற பொதுநல நோக்கும் தெரியும். ''என் சுயநலத்தில், பொதுநலமும் கலந்திருந்தது'' என்று பராசக்தி சினிமா படத்தின் கோர்ட் சீனில் நடிகர் சிவாஜி கணேசன் சொல்வதுபோல!

''தொழில்துறை தொடர்பாக அரசாங்கம் முடிவுசெய்யும் கொள்கைகள், சட்டங்கள், விதிமுறைகள், நெறிமுறைகள் ஆகியவற்றை உருவாக்குவதில், தொழிலதிபர்களுக்கும் பங்கு இருக்கவேண்டும் என்பது அம்பானியின் விருப்பம்'' என்கிறார் அம்பானியின் சிறுவயது நண்பரும், மாநிலங்களவை உறுப்பினருமான காங்கிரஸ் பிரமுகர் முர்ளி தியோரா.

''நாங்கள் சந்திக்கிற அன்றாடப் பிரச்னைகள் எங்களுக்குத்தான் தெரியும். ஆகவே, அரசாங்கத்தின் விதிமுறைகளை உருவாக்கப்படுகிறபோது எங்களது பிரச்னைகளையும் கவனத்தில் கொள்வதற்கு நாங்கள் உதவமுடியும்'' என்பது அம்பானியின் கட்சி. இதுபற்றி முர்ளி தியோராவிடம் அடிக்கடி விவாதித்திருக்கும் அம்பானி, அவரது பாராளுமன்றப் பேச்சுகளில்கூட

தொழில்துறை தொடர்பான தனது வாதங்களையும் குறிப் பிடும்படி சொல்வாராம்!

அம்பானி பற்றிய அரசியல் குற்றச்சாட்டுகளில் சில, கேட்டதும் மலைக்க வைப்பவை, அல்லது வயிறு குலுங்கச் சிரிக்க வைப்பவை!

எல்லாக் கட்சிகளிலும் அம்பானிக்கு நண்பர்கள் இருக்கிறார்கள் என்பது அனைவருக்கும் தெரிந்த விஷயம். ஆனால், இதையே சற்று விரிவுபடுத்தி, ஆட்சியில் இருக்கிற, இல்லாத எல்லா அமைச்சர்கள், முதலமைச்சர்கள், பிரதம மந்திரிகளோடும், அம்பானி நெருங்கிப் பழகுகிறார். நாளைக்கு அவர்களில் யார் ஆட்சிக்கு வந்தாலும், அவருடைய தொழிலுக்குப் பாதிப்பு இருக்காது என்று பேசப்படுகிறது.

இதுதவிர, பல எம்.பி.க்கள் அம்பானியின் கையில் இருக்கிறார் கள். அவர் நினைத்தால் எந்த அரசாங்கத்தையும் உருவாக்கவோ, கவிழ்க்கவோ முடியும் என்றெல்லாம் கணக்கற்ற வதந்திகள்.

இந்தக் குற்றச்சாட்டுகளின் உச்சமாக, பாகிஸ்தானில் இருக்கிற சில ராணுவ அதிகாரிகளுடன் அம்பானிக்குத் தொடர்பு உண்டு என்றும் பேசப்பட்டதுதான் பெரிய காமெடி. குஜராத் மாநிலம் ஜாம்நகரில் உள்ள அம்பானியின் மிகப்பெரிய ஆலை ஒன்று, பாகிஸ்தான் எல்லைக்கு மிக அருகில் இருக்கிறது. இந்திய பாகிஸ்தான் போர் வந்துவிட்டால், அந்த ஆலையின் மீது பாகிஸ்தான் ராணுவம் குண்டு வீசிவிடக்கூடாது என்று பயந்து, அவர்களோடு அம்பானி ஒரு ரகசிய ஒப்பந்தம் செய்து கொண்டிருக்கிறார் என்று சில பத்திரிகைகள் நகைச்சுவை ததும்பும் செய்திக் கட்டுரைகள் எழுதியிருக்கின்றன.

இங்கே நாம் முக்கியமாக கவனிக்கவேண்டிய விஷயம் எல்லோருடனும் சுமுகமாகக் கலந்து பழகுகிற அம்பானியின் மனப்போக்கு. யாரோடும் வம்பு செய்துகொள்ளாமல், எல்லோருக்கும் நண்பனாக இருப்பதுதான், தொழில்துறையில் உள்ளவர்களுக்குத் தேவையான முக்கிய குணம் என்று நினைத்தார் அவர். ''நான் யாருக்கும் சலாம் அடிக்கத் தயங்கியதில்லை'' என்று அவரே அடிக்கடி சொல்வாராம்! இதுவிஷயமாக, அம்பானியின் மருமகன் தத்தாராஜ் சல்காவோங்கர் சொல்லும் ஒரு சுவாரஸ்யமான சம்பவத்தை இங்கே குறிப்பிடவேண்டும்.

எண்பதுகளின் முற்பகுதியில், அப்போதுதான் அமெரிக்காவில் எம்.பி.ஏ. படிப்பை முடித்துத் திரும்பியிருந்த சல்காவோங்கர் தன்னுடைய குடும்பத் தொழிலையே தொடர்ந்து கவனிக்க முடிவு செய்திருந்தார். இதற்கான உரிமங்களைப் பெறுவதற்காக, டெல்லியின் கதவுகளைத் தொடர்ந்து தட்டிக்கொண்டிருந்தார் அவர்.

இளம் வயது, அமெரிக்கக் கல்வி என்று சுறுசுறுப்பாக இருந்த தத்தாராஜ் சல்காவோங்கருக்கு இந்திய அரசாங்கத்தின் மெத்தனமான கொள்கைகளும், நிதானமான அணுகுமுறையும் மிகுந்த எரிச்சலூட்டியது. அரசு அலுவலகங்களில் திரும்பத் திரும்ப ஏறி, இறங்கி, அங்கும், இங்குமாக அலைக்கழிக்கப் பட்டு, மிகவும் நொந்துபோயிருந்தார் அவர்.

இந்தச் சந்தர்ப்பத்தில்தான் ஒருநாள், டெல்லி மும்பை விமானத்தில் அம்பானியைச் சந்தித்தார் அவர். தத்தாராஜின் அப்பாவும், அம்பானியும் நல்ல நண்பர்கள் என்பதால், சிறுவயதிலிருந்தே அம்பானி குடும்பத்துடன் அவருக்கு நல்ல பழக்கம் உண்டு! (அதன் பின்னர், அம்பானியின் மகள் தீப்தியைக் காதலித்து மணந்தார் தத்தராஜ் சல்காவோங்கர்!)

''என்னப்பா, பிஸினஸெல்லாம் எப்படிப் போகுது?'' என்பது போல் ஒரு சாதாரணமான சம்பிரதாயக் கேள்வியைத்தான் கேட்டார் அம்பானி. அதற்காகவே காத்திருந்ததுபோல், தன்னுடைய கஷ்டத்தையெல்லாம் அவரிடம் கொட்டத் தொடங்கிவிட்டார் தத்தாராஜ் சல்காவோங்கர். அவருடைய புலம்பல்களின் சாராம்சம்: இந்த அரசாங்கத்தின் விதிமுறைகள் ஏன் இத்தனை குழப்பமானவையாக, கஷ்டமானவையாக, கொடுமையானவையாக இருக்கின்றன? என்னிடம் பணம் இருக்கிறது. அதைக் கொட்டி நான் தொழில் தொடங்குகிறேன். மறுபேச்சு பேசாமல் அதை அனுமதித்துவிட்டுப் போக வேண்டியதுதானே? என் பணத்தை வைத்து நான் தொழில் செய்வதற்கு இத்தனை பேரிடம் கெஞ்சிக் கூத்தாடவேண்டுமா?

தத்தாராஜின் புலம்பல்களை ஒரு வார்த்தை விடாமல் முழுசாகக் கேட்டபிறகுதான் அம்பானி பேசினார். ''உங்கள் வீட்டில் ஒரு பூஜை செய்கிறீர்கள் என்று வைத்துக்கொள்வோம். அதற்காக நீங்கள் மணிக்கணக்கில் கடவுளுக்கு முன்னே உட்காரவேண்டும். பூக்கள் தூவி, மந்திரங்கள் சொல்லி, பலவிதமான உணவுப்

பொருள்களை நைவேத்யங்களாகச் சமர்ப்பித்து இன்னும் என்னென்னவோ செய்யவேண்டியிருக்கிறது, சரி தானா?''

திடீரென்று அம்பானி ஏன் இப்படிக் கேட்கிறார் என்று புரியாமல், 'ஆமாம்' என்று தலையாட்டி வைத்தார் தத்தாராஜ்.

''ஒருவழியாக பூஜை முடிகிறது. அதற்குப் பிறகாவது உன்னால் சாப்பிடமுடியுமா? நிச்சயமாக முடியாது. பூஜை செய்துவைத்த சாஸ்திரிகளுக்குக் காசு கொடுக்கவேண்டும், சாப்பாடு போட வேண்டும், வந்திருக்கும் பிராமணர்களுக்கு, விருந்தினர்களுக்கு, பசுவுக்கு, காக்கைக்கு என்று இன்னும் யார்யாருக்கோ சாப்பாடு போட்டாகவேண்டும். இதையெல்லாம் முடித்த பிறகுதான் நீ உன்னுடைய இலையில் உட்காரமுடியும். அப்படித்தானே?''

மீண்டும் ஒருமுறை பெரிதாகத் தலையாட்டினார் தத்தாராஜ்.

''இப்படிப் பல மணி நேரம் சிரமப்பட்டபிறகு, உட்கார்ந்து சாப்பிடுகிறபோது, அந்தச் சாப்பாடு முன்பைவிட அதிகமாக ருசிக்கும். தெரியுமா?'' என்றார் அம்பானி. ''இந்தியாவில் இருக்கிற தொழில்முறையும், அரசாங்கமும் அப்படித்தான். பல பேரைத் திருப்திப்படுத்தியபிறகுதான், உனக்கு உரிமையான சாப்பாட்டை நீ சாப்பிடமுடியும். ஆனால், அந்தச் சாப்பாடு ரொம்பவே ருசியாக இருக்கும். பொறுமையோடு காத்திரு, கவலைப்படாதே'' என்று சொல்லி அவருக்கு நம்பிக்கை யூட்டினார் அம்பானி!

•

அரசாங்கத்தைத் தன் கைப்பிடியில் வைத்திருந்தார். சட்டங்களை மீறினார். ஏமாற்றினார் என்றெல்லாம் பல்வேறு குற்றச்சாட்டுகள் அம்பானியின்மேல் எழுப்பப்பட்டதுண்டு. ஆனால், அவ ருடைய ரிலையன்ஸ் நிறுவனத்தைப்போல், இந்தியாவின் பொருளாதார மற்றும் தொழில்துறை வளர்ச்சி / முன்னேற்றத் துக்கு உதவியவர்கள் வேறு யாருமில்லை. ஒரேயோர் உதாரணம் சொல்லவேண்டுமானால், இந்தியாவிலிருந்து வெளிநாடு களுக்கு ஏற்றுமதியாகும் மொத்தப் பொருள்களில், ஐந்து சதவிகிதத்தை ரிலையன்ஸ் மட்டுமே உற்பத்தி செய்கிறது என்றால் பார்த்துக்கொள்ளுங்கள்!

தன்னை இப்படிக் குறை சொல்கிறவர்களைப் பற்றி அம்பானி பேசும்போது, ''என்னுடைய தோல் ரொம்பவே கனமானது.

இதுபோன்ற விமர்சனங்களும், அபாண்டமான குற்றச்சாட்டு களும் எனக்குப் பழகிவிட்டன'' என்பார் அம்பானி. முகம் தெரியாத இவர்களோடு போராடி, தன்னுடைய பொன்னான நேரத்தை வீணடிப்பதைக் காட்டிலும், ரிலையன்ஸின் வளர்ச்சியை முக்கியமாகக் கருதினார் அவர்.

●

ஆனால், அம்பானியின்மீது போர் தொடுத்தவர்கள் எல்லாருமே முகம் தெரியாதவர்கள் என்று சொல்லிவிடமுடியாது. அக்காலத்து அரசியல் மற்றும் தொழில்துறையைச் சேர்ந்த சில பெரும்புள்ளிகள், அம்பானிக்கு எதிராக அணிசேர்ந்து கொண்டு, அவருடன் நேரடியாகச் சண்டையிட்டிருக்கிறார்கள். அவருக்கு எதிரான சதித் திட்டங்கள் தீட்டப்பட்டு, அம்பானியை ஒரு மோசடிப் பேர்வழி போல் சித்தரிக்கும் தொடர்ச்சியான மீடியா பிரசாரங்கள் நடந்திருக்கின்றன. எப்படியாவது அவரையும், அவருடைய தொழிலையும் நசுக்கிவிடவேண்டும் என்று பிடிவாதமாக முயன்றார்கள் அந்த எதிரிகள்!

மிகுந்த வன்மத்துடன், திட்டமிட்டு நிகழ்த்தப்பட்ட இந்த நேரடித் தாக்குதலில், அம்பானி வீழ்ந்துவிடுவார் என்றுதான் எல்லோரும் எதிர்பார்த்தார்கள். பலகாலமாகத் தொடர்ந்து கொண்டிருந்த அம்பானியின் வெற்றிக் கதைக்கு, ஒருவழியாக இறுதி முற்றுப்புள்ளி வைக்கப்பட்டுவிட்டது என்று பலரும் அவரைப் பரிதாபத்துடன் பார்க்கத் தொடங்கியிருந்தார்கள்!

சில ஆண்டுகளுக்குத் தொடர்ந்த இந்த நேரடிப் போரில், அம்பானிக்கும், பலம்மிக்க அவருடைய எதிரிகளுக்கும் கடுமையான போட்டி. ஒவ்வொரு சுற்றிலும், எதிரிகளின் கை ஓங்குவதுபோல் தெரிந்தாலும், இறுதியில் அம்பானிதான் ஜெயித்தார்.

ஆனால், அதற்கு அவர் கொடுக்க நேர்ந்த விலைதான், மிகவும் அதிகம்!

எட்டு

‘என்னுடைய மிகப்பெரிய எதிரி, நான் அடைந்திருக்கும் இந்த வெற்றிதான்’ என்று திருபாய் அம்பானி சொல்வதுண்டு.

அவருடைய ஆதங்கத்தில் உண்மை இருக்கிறது. எந்தப் பெரும்பின்னணியும் இல்லாமல், ஐம்பதுகளின் பிற்பகுதியில் இந்தியாவில் தொழில் செய்யப் புகுந்த அம்பானி, இதே துறையில் பழம் தின்று கொட்டைபோட்ட பெருந்தலை களையெல்லாம் மிஞ்சுகிற அளவுக்கு வளர்ந்து, தன்னுடைய குழந்தையான ரிலையன்ஸையும், இந்தியாவின் முதன்மைத் தனியார் நிறுவனமாக உருவாக்கியிருக்கிறார் என்றால், அது பலரையும் பொறாமை கொள்ளச் செய்திருக்க வேண்டும்.

அந்தப் பெருந்தலைகளின் இன்னொரு எரிச்சல் என்ன வென்றால், இந்தத் தொழிலுக்கு அம்பானி மிகவும் புதியவர். சம்பந்தமே இல்லாமல், எங்கோ ஏமன் தேசத்திலிருந்து வந்து குதித்து, இப்படி விஸ்வரூபமாக வளர்ந்துவிட்டாரே என்று பேசிப்பேசி மாய்ந்துபோனார்கள் அவர்கள்.

ஆனால், இப்படிப் பொறாமைப்படுவதைத் தவிர, அவர்களால் வேறொன்றும் செய்யமுடியாத நிலைமை. ஏனெனில், அம்பானி தன்னுடைய தொழிலில் மிகவும் கவனத்துடனும் அக்கறை யுடனும் செயல்படுகிறவர். அந்த உழைப்புதான், அவருடைய தொடர்ந்த வெற்றிகளாகப் பரிணமித்துக் கொண்டிருந்தது. ஆகவே, அம்பானியும் ரிலையன்ஸும், ஒவ்வொரு சாதனை களாகக் கடந்து, சிகரமேறிக் கொண்டிருந்தார்கள்!

அதேசமயம், பணத்தைச் சம்பாதித்த அதே அளவுக்கு, பொறாமைக்கார எதிரிகளையும் நிறையவே சம்பாதித்துக்

கொண்டார் அம்பானி. இந்த எதிரிகளெல்லாம் ஒன்றுகூடி, அவரைக் கவிழ்ப்பதற்கான நல்ல சூழ்நிலையைத் தேடிக் கொண்டிருந்தார்கள்.

முதல் தாக்குதல், 1982ம் ஆண்டு ஏப்ரல் மாத இறுதியில், கல்கத்தாவிலிருந்து!

இந்தியப் பங்கு மார்க்கெட்டில், ரிலையன்ஸ் நிறுவனத்தின் பங்குகள் ஒரு மதிப்பான இடத்தைப் பிடித்திருந்த சூழல் அது. தொடர்ந்து சிறப்பாகப் பணியாற்றிவரும் ரிலையன்ஸ் மற்றும் அம்பானியின் மீது கொண்ட நம்பிக்கையால், ரிலையன்ஸின் பங்குகளை வைத்திருந்தவர்கள், எந்தக் கவலையும் இல்லாமல் நிம்மதியாகத் தூங்கிக்கொண்டிருந்தார்கள். அவர்களைப் பொறுத்தவரை, ரிலையன்ஸில் அவர்கள் முதலீடு செய்திருக்கும் பணம், வளருமே அன்றி, குறையாது!

இந்த திட நம்பிக்கையைக் கலைப்பதற்கு முயன்றது ஒரு சிறிய கும்பல். இவர்களை Bear Cartel (கரடிகள்) என்று சொல்வார்கள். பங்கு மார்க்கெட்டில் எப்பொழுதும் வியாபாரம் செய்து கொண்டிருக்கும் இவர்கள் நன்றாகச் செல்லும் பங்குகளை வேண்டுமென்றே விலை குறைத்து விற்பார்கள். இத்தனைக்கும் இவர்களிடம் இந்தப் பங்குகள் கையில் இருக்காது! இவர்கள் எக்கச்சக்கத்துக்கு விலையைக் குறைக்க, இதனால் தங்கள் கையில் பங்குகளை வைத்திருக்கும் சிறு முதலீட்டாளர்கள் பயந்துபோய் தங்களது கையில் இருக்கும் பங்குகளையும் கிடைத்த விலைக்கு விற்றுப் பணமாக்க விரும்புவார்கள். இப்படி அடிமட்ட விலைக்குப் பங்குகள் வரும்போது நம் கரடிகள் அந்தப் பங்குகளைக் குறைந்த விலைக்கு வாங்கி சரிசெய்து (square off) விடுவார்கள்.

இப்படி கரடிகள் புகுந்து விளையாடுவது சர்வசாதாரணமாக பங்கு மார்க்கெடில் நடப்பதுதான். (இவர்களைப் போலவே காளைகள் (Bulls) என்றும் சிலர் உண்டு. அவர்கள் இஷ்டத்துக்கு விலையை ஏற்றிப் பங்குகளை வாங்குவார்கள். பின் அதிக விலையாகும் போது கையில் உள்ளதை விற்று லாபம் செய்வார்கள்.) ஆனால் இந்தக் கரடிகள் தான் யாருடன் விளையாடுகிறோம் என்று தெரியாமல் விளையாடி விட்டார்கள். அம்பானி கரடிகளின் லீலையைப் புரிந்து கொண்டார். அத்துடன் இந்தக் கரடிகளுக்கு தனது தொழில்முறை எதிரிகள் சிலரும் துணைபுரியலாம் என்று புரிந்துகொண்டார்.

ஆரம்பத்தில் எல்லாமே கரடிகள் திட்டமிட்டபடி ஒழுங்காக நடந்தது. ரிலையன்ஸின் ஷேர்கள் மிகக் குறைந்த விலைக்கு விற்பனையாகின்றன என்று அவர்கள் பரப்பிய செய்தியை நம்பியவர்களால், ரூ.130க்கு மேல் இருந்த ரிலையன்ஸ் நிறுவனப் பங்குகளின் மார்க்கெட் மதிப்பு, ரூ.120 எனக் குறைந்துபோனது.

அதே நேரத்தில் அம்பானி சாதுரியமாகத் தீட்டிய பதில் திட்டமும் தயாரானது.

ஆடுகிற மாட்டை ஆடிக் கறப்பது என்று சொல்வார்கள். கிட்டத்தட்ட அம்பானியின் திட்டமும் அதுவேதான். 'பங்கு களை விற்கிறேன்' என்று சொல்கிற மாட்டை, 'பங்குகளை வாங்கிக்கொள்கிறேன்' என்று சொல்லிக் கதறடிப்பது!

இதன்படி, கரடிகள் பங்குகளை விற்க, விற்க, அம்பானியின் பங்குத்தரகர்கள், அவர்கள் விற்பதாகச் சொல்கிற ரிலையன்ஸ் நிறுவனத்தின் பங்குகளை, அவர்கள் குறிப்பிடுகிற விலைக்கே வாங்க ஆரம்பித்தார்கள். இதற்குத் தேவையான அளவுக்கு பணச்செலவு செய்ய அம்பானி முன்வந்தார்.

இப்போது, திட்டத்தின் அடுத்தகட்டமாக, இவர்கள் அனை வரும் அந்த எதிரிக் கும்பலைச் சந்தித்து, ''துட்டுதான் கொடுத் தாச்சில்ல? ஒழுங்கா, மரியாதையா எங்க பங்குகளை எங்களுக்கே கொடுத்துடுங்கப்பா'' என்று மிரட்டிக் கேட்பது! கரடிகள் கையில் பங்குகள் இருந்தால்தானே கொடுப்பதற்கு? எல்லோரும் விலை குறைத்து விற்கும்போது தாங்கள் வாங்கிக்கொள்ளலாம் என்று அசட்டையாக இருந்தவர்கள் பாடு திண்டாட்டமாகி விட்டது.

விற்பதாக ஒப்பந்தம் செய்த பங்குகளைத் திருப்பித் தரமுடியாமல் கரடிகள் திண்டாட, மும்பை பங்கு மார்க்கெட் வேலை செய்ய முடியாமல் இரண்டு நாள்கள் மூடப்பட்டது! பின் ஏலமுறையில் கல்கத்தா கரடிகள் எக்கச்சக்க விலை கொடுத்து அந்தப் பங்கு களை பொதுச்சந்தையில் வாங்கி ரிலையன்ஸ் பங்குத்தரகர் களுக்குத் தரவேண்டியதாயிற்று. இதனால் அவர்களுக்குப் பெருத்த நஷ்டம்!

அம்பானிக்கு எதிராக நிகழ்த்தப்பட்ட இந்த சதித்திட்டத்தை, அவரே நேரடியாகத் தலையிட்டு முறித்து எறிந்ததோடு, இப்பிரச்சினை முடிந்துவிட்டது என்றுதான் எல்லோரும்

நினைத்தார்கள். ஆனால், அம்பானியின் எதிரிகள், அவரை அத்தனை சுலபத்தில் விட்டுவிடத் தயாராக இல்லை.

''லட்சக்கணக்கான ரிலையன்ஸ் பங்குகளை, காசு கொடுத்து வாங்கும் அளவுக்கு, அம்பானிக்கும், ரிலையன்ஸுக்கும் அவ்வளவு பணம் திடீரென்று எங்கிருந்து கிடைத்தது?'' என்று அவர்கள் காரசாரமான கேள்வி எழுப்பினார்கள். நாடெங்கும் இந்தக் கேள்வி பெரும் பரபரப்பை உண்டாக்கி, டெல்லி பாராளுமன்றத்திலும் விவாதிக்கப்பட்டது.

அப்போதைய நிதி அமைச்சர் பிரணாப் முகர்ஜி, இதற்கு பதில் அளித்தார். ''198283ம் நிதி ஆண்டில், பல வெளிநாட்டு இந்தியர்கள் 22 கோடி ரூபாயை ரிலையன்ஸில் முதலீடு செய்திருக்கிறார்கள். இந்தப் பிரச்சினையின்போது பயன்படுத்தப்பட்டது, அவர்களுடைய முதலீட்டுப் பணம்தான்!''

அந்த பதிலோடு, அரசு தரப்பில் இப்பிரச்சினைக்கு முற்றுப்புள்ளி வைக்கப்பட்டுவிட்டது என்றாலும், சில புலனாய்வுப் பத்திரிகைகள் ''ரிலையன்ஸில் கோடிக்கணக்கில் பணம் முதலீடு செய்த அந்த வெளிநாட்டு இந்தியர்கள் யார்?'' என்பது பற்றிப் பல சந்தேகங்களை எழுப்பின. ஆகவே, இது குறித்து ரிசர்வ் வங்கி விசாரணைக்கு உத்தரவிடப்பட்டது.

அந்த விசாரணையின் இறுதியில், இந்த விஷயத்தில் அம்பானியோ, ரிலையன்ஸ் நிறுவனமோ எந்தத் தவறும் செய்யவில்லை என்று அறிவித்தது ரிசர்வ் வங்கி.

ஆகவே, பல சலசலப்புகளை உண்டாக்கிய கல்கத்தா பங்கு மார்க்கெட் மகாயுத்தத்தில் இறுதி வெற்றி, திருபாய் அம்பானி மஹாராஜாவுக்கே!

●

திருபாய் அம்பானியுடன் உரசலில் ஈடுபட்ட இன்னொரு நட்சத்திரப் பிரமுகர், வி.பி.சிங். ராஜீவ் காந்தி அமைச்சரவையில் நிதி அமைச்சராக இருந்து, பின்னர் இந்தியப் பிரதமராகவும் பணியாற்றிய விஷ்வநாத் பிரதாப் சிங்!

தொழில்துறையில் அம்பானியின் ஆரம்பகால வளர்ச்சியின் போது, இந்திரா காந்தியின் ஆட்சி நடந்து வந்தது. இந்தத் துறையில் இருப்பவர்கள் எப்போதும் அரசாங்கத்தைப்

பகைத்துக் கொள்ளக்கூடாது என்ற கொள்கையை உடைய அம்பானி, இந்திரா அரசாங்கத்துடன் சுமுக உறவு பாராட்டி வந்தார். முக்கியமாக இந்திரா காந்தியின் வலதுகையான ஆர்.கே.தவானுடன் நெருங்கிய உறவு வைத்திருந்தார்.

1984ம் ஆண்டு அக்டோபரில், இந்திரா காந்தி கொல்லப்பட்டு, அவரது மகன் ராஜீவ் காந்தி பிரதமராகப் பொறுப்பேற்றதும், அம்பானியை ஒரு சிறிய கவலை ஆக்கிரமித்தது. காரணம், புதிய நிதி அமைச்சராக நியமிக்கப்பட்டிருந்த வி.பி.சிங்!

அம்பானி எதிர்பார்த்திருந்த பிரச்சினைகள், அடுத்த ஆண்டு (1985) மே மாதம் தொடங்கின. முதல்படியாக, ரிலையன்ஸின் பாலியெஸ்டர் உட்பொருள் தயாரிப்புகளுக்குத் தேவையான முக்கியமான மூலப்பொருள் PTA-வை இறக்குமதி செய்வதில் சில கட்டுப்பாடுகளை விதித்தது அரசு. அதுவரையில் Open General License என்ற முறைப்படி, அரசிடமிருந்து எந்தவித அனுமதியும் இன்றி PTA-வை இறக்குமதி செய்து கொண்டிருந்த ரிலையன்ஸ், இனி அரசிடமிருந்து அனுமதி பெற்றுத்தான் Limited Permissible List என்னும் பட்டியலில் உள்ள PTA-வை இறக்குமதி செய்யமுடியும் என்றானது. இப்படிப்பட்ட பட்டியலில் ஒரு பொருள் வந்துவிட்டால் அந்தப் பொருளை இறக்குமதி செய்வது எளிதல்ல. முன்னதாகவே அரசிடம் அனுமதி கோரி விண்ணப் பிக்க வேண்டும். அரசிடம், பொருளை வாங்குவதற்கான காசு தன்னிடம் இருக்கிறது என்று நிரூபிக்க வேண்டும்.

அம்பானி இதற்கு அஞ்சவில்லை. இப்படி வி.பி.சிங் ஓர் ஆணையைப் பிறப்பிக்கப் போகிறார் என்பதை முன்னமேயே அறிந்து, பல வங்கிகளிடமிருந்து Line of Credit (LC) எனப்படும் கடன் வசதிகளை முன்னதாகவே ஏற்படுத்திக்கொண்டு நிதி அமைச் சகத்தை அணுகியது ரிலையன்ஸ். இதைக் கண்டதும் வி.பி.சிங் கடுங்கோபம் அடைந்தார். தான் கொண்டுவரப்போகும் விதி மாற்றத்தை ரிலையன்ஸ் உள் ஆசாமிகள் மூலமாக முன்னதாகவே அறிந்துகொண்டு, அதற்கான மாற்று ஏற்பாட்டையும் செய்துள்ளது என்றால் கோபம் வராதா? உடனடியாக PTA இறக்குமதியின் மீது ஐம்பது சதவீதம் இறக்குமதி வரி விதிப்பதாக அறிவித்தார்.

விளைவு? ரிலையன்ஸ் நிறுவனத்துக்குக் உள்பொருள் விலையில் கூடுதல், நேரச் செலவு, தொடர்ந்து லாபத்திலும் பெரும் இழப்பு ஏற்பட்டது.

பங்குச்சந்தை பற்றி நன்கு அறிந்திருந்த அம்பானி ஏற்கெனவே பங்குச்சந்தையில் தனக்கு ஏற்பட்ட பிரச்னையை எவ்வாறு கையாண்டார் என்று பார்த்தோம். ரிலையன்ஸ் நிறுவனம் பங்குகளை வெளியிட்டது போலவே சில கடன்பத்திரங் களையும் (Debentures) வெளியிட்டிருந்தது. பங்குகளுக்கும் கடன்பத்திரங்களுக்கும் சில வித்தியாசங்கள் உண்டு. பங்குகள் என்றால் அதற்குக் கட்டாயமாக வட்டி ஏதும் கொடுக்க வேண்டியதில்லை. பங்குகளுக்கு டிவிடெண்ட் எனப்படும் ஈவுத்தொகையை வேண்டும்போது, வேண்டிய அளவு கொடுக் கலாம். கட்டாயம் இல்லை. ஆனால் கடன்பத்திரங்களுக்குக் கட்டாயம் வட்டி கொடுக்க வேண்டும்.

அந்த நேரத்தில் ரிலையன்ஸ் நிறையக் கடன்பத்திரங்களைத்தான் வெளியிட்டிருந்தது. அவற்றைப் பங்குகளாக மாற்றிவிட்டால் ரிலையன்ஸ் தனது கடன்சுமையைக் குறைக்க முடியும், அதனால் மேலும் கடன்கள் வாங்குவது எளிதாக இருக்கும் என்று நினைத்தார் அம்பானி. அவர் பங்கு மார்க்கெட்டில் பேசியது வரை, பலரும் தங்களிடம் இருக்கும் ரிலையன்ஸ் கடன்பத்திரங் களை பங்குகளாக மாற்றுவதற்கு ஆதரவு தெரிவித்தது போலத் தோன்றியது. ஆனால் ஒரு பிரச்னை என்னவென்றால் இந்தக் கடன்பத்திரங்களை வெளியிடும்போதே அவை பங்குகளாக மாற்றப்படக்கூடியவையா (Convertible Debentures), அல்லவா (Non-convertible Debentures) என்பதைச் சொல்ல வேண்டும்.

பங்குகளாக மாற்றப்படமுடியாத கடன்பத்திரங்களைப் பங்கு களாக மாற்ற நிதி அமைச்சகத்தின் அனுமதி தேவைப்பட்டது.

1984லேயே மாற்றமுடியாத இந்தக் கடன்பத்திரங்களை மாற்றுமாறு அனுமதி வேண்டி அம்பானி நிதி அமைச்சகத்துக்கு விண்ணப்பித்திருந்தார். அவ்வப்போது அனுமதி கிடைக்கக் கிடைக்க பலக் கடன்பத்திரங்களைப் பங்குகளாக மாற்றி வந்தார். ஆனால் ஜூன் 1986ல் மீண்டும் சிலக் கடன்பத்திரங்களை மாற்ற வரும்போது இதற்கான அனுமதியைத் தர மறுத்துவிட்டார் வி.பி.சிங். இந்த விஷயம் வெளியே வந்ததும் இந்தக் கடன் பத்திரங்களின் விலை பங்குச்சந்தையில் வெகுவாகச் சரிந்தது.

விஷயம் இத்துடன் முடிந்துவிடவில்லை. பல நிதி நிறுவனங்கள் பொதுத்துறை வங்கிகளிடமிருந்து நிறையக் கடன் வாங்கி ரிலை யன்ஸின் கடன்பத்திரங்களை விலைகொடுத்து வாங்கியிருந்தன.

இந்தக் கடன்பத்திரங்கள் பங்குகளாக மாற்றப்பட்டால் இந்த நிதி நிறுவனங்களுக்கு நல்ல லாபம் கிடைத்திருக்கும். ஆனால் வி.பி. சிங் அதை முறியடித்தார். அத்துடன் இந்திய ரிசர்வ் வங்கி ரிலையன்ஸ் கடன்பத்திரங்களை வாங்கக் கொடுத்த கடன் பணத்தை உடனடியாகத் திரும்பப் பெறுமாறு வங்கிகளைக் உத்தரவிட்டது.

இந்த நிதி நிறுவனங்கள் அம்பானியின் பினாமி நிறுவனங்களாக இருக்குமோ என்றும் இந்தியன் எக்ஸ்பிரஸ் இதழ் சந்தேகப்பட்டு கட்டுரைகளை எழுதியது.

•

தொழில்முறையில் அம்பானியின் கடுமையான எதிரியாக இருந்தவர் நுஸ்லி வாடியா. நுஸ்லி வாடியா பாகிஸ்தான் பிரிவினைக்குக் காரணமாக இருந்த முகமது அலி ஜின்னாவின் பேரர். பாம்பே டையிங் என்ற துணியாடை நிறுவனத்தை நடத்தியவர். இந்நிறுவனம் அம்பானியின் விமல் பிராண்டுக்கு நேரடிப் போட்டியாக இருந்தது. அதே நேரம் மற்றொரு இடத்திலும் போட்டி இருந்தது. பாலியெஸ்டர் உருவாக்குவதற்கான PTA என்னும் மூலப்பொருளை அம்பானியின் ரிலையன்ஸ் நிறுவனம் உருவாக்கியது என்று பார்த்தோமல்லவா? நுஸ்லி வாடியாவின் தொழிற்சாலைகள் அப்பொழுது பாலியெஸ்டரை வேறொரு வகையில் உற்பத்தி செய்ய டைமீத்தைல் டெரெஃப் தாலேட் (di-methyl terephthalate - DMT) என்னும் மூலப்பொருளை உருவாக்கி வந்தன. இந்த இரண்டு பேருக்கும் இதிலும் போட்டி ஏற்பட்டது. விளைவு: ஒருவரை ஒருவர் அழித்தால்தான் மற்றவருக்கு நிம்மதி என்ற அளவுக்கு வந்துவிட்டது.

1985ல் ரிலையன்ஸ் நிறுவனத்தின் அதிகாரி ஒருவர் நுஸ்லி வாடியாவைக் கொலை செய்ய முயற்சி செய்தார் என்று கைது செய்யப்பட்டார். இது அகில இந்திய அளவில் பெரிதாகப் பேசப்பட்டது. அம்பானி தன் தொழில்முறை எதிரியைக் கொலைசெய்யும் அளவுக்குத் துணிந்துவிட்டாரா என்றெல்லாம் பேசினார்கள். ஆனால் பல ஆண்டுகளாகியும் இந்த மேனேஜர் மீது சுமத்தப்பட்ட குற்றங்களை நிரூபிக்க முடியவில்லை.

•

1986ம் ஆண்டு அம்பானிக்கு மிகவும் கஷ்டமான ஆண்டு என்று சொல்ல வேண்டும். பல்வேறு உடல், மனப் பிரச்னைகளால்

பிப்ரவரி 9-ம் தேதி அம்பானிக்கு கடுமையான இதய அதிர்ச்சி ஏற்பட்டது. அதைத் தொடர்ந்து, அவருடைய உடலின் ஒரு பக்கம் முழுவதுமாகச் செயலிழந்துவிட்டது!

அதற்காகவே காத்திருந்தது போல சில மாதங்களுக்குள்ளாகவே நாட்டின் புகழ்பெற்ற செய்தித்தாள்களில் ஒன்றான இந்தியன் எக்ஸ்பிரஸ், அம்பானிக்கு எதிராகத் திரும்பிக்கொண்டது. வரிசையாக அம்பானி மேல் பல தொடர்கட்டுரைகள் எழுதப் பட்டன. அப்படி எழுதியவர்களும் சாதாரணப்பட்டவர்கள் இல்லை. அப்பொழுது இந்தியன் எக்ஸ்பிரஸ் எடிட்டராகவும், பின்னாளில் மத்திய அமைச்சராகவும் இருந்த அருண் ஷோரி மற்றும் சென்னையைச் சேர்ந்த ஆடிட்டர் குருமூர்த்தி.

இந்தியன் எக்ஸ்பிரஸ் வெளியிட்ட கட்டுரைத் தொடரில், எவ்வாறு அம்பானிக்கு காங்கிரஸ் அரசு பலவகைகளில் உதவி செய்துள்ளது, எப்படி ரிலையன்ஸ் தொடர்ச்சியாக அரசு விதித்த அளவை மீறி பொருள்களை உற்பத்தி செய்துள்ளது, வெளி நாடுகளில் அமைக்கப்பட்ட பல நிறுவனங்கள் மூலம் எவ்வாறு ரிலையன்ஸ் பங்குகள் சந்தை விலையை விட மிகக் குறைந்த விலைக்கு வாங்கப்பட்டிருக்கின்றன, எவ்வாறு ரிலையன்ஸின் பினாமி நிதி நிறுவனங்கள் பொதுத்துறை வங்கிகள் மூலம் கடன்கள் பெற்று அதன் மூலம் ரிலையன்ஸ் நிறுவனம் வெளியிட்ட கடன்பத்திரங்களை விலைக்கு வாங்கின என்றெல்லாம் விலாவரியாக எழுதப்பட்டன.

இந்தியன் எக்ஸ்பிரஸ் குழுமம் ஏன் அம்பானிக்கு எதிராக தொடர் கட்டுரைகள் வெளியிட்டது என்பதற்கு சரியான பின்னணி இதுவரையில் தெரியவில்லை. ஆனால் 'பாம்பே டையிங்' அதிபர் நுஸ்லி வாடியா, ராம்நாத் கோயங்காவின் நெருங்கிய நண்பர் என்பதனால், அவருடைய தூண்டுதலின்பேரில்தான் இந்தியன் எக்ஸ்பிரஸ் இப் பிரசாரத்தில் இறங்கியது என்றும் சொல்லப்படு கிறது. திருபாய் அம்பானி நிச்சயமாக அப்படித்தான் நம்பினார்.

•

*1986*ல் ரிலையன்ஸின் PFY தயாரிப்பு தொடங்கும் நேரம் பார்த்து வி.பி.சிங் வெளிநாடுகளிலிருந்து PFY இறக்குமதி செய்வதற்காக இருந்த இறக்குமதி வரியை நீக்கினார்.

•

இப்படி ஒரே நேரத்தில், பலமுனைத் தாக்குதலுக்கு ஆளான அம்பானியும் ரிலையன்ஸும், என்ன ஆவார்களோ என்று நிபுணர்கள் கவலையுடன் அவர்களைப் பார்க்கத் தொடங்கினார்கள். அரசாங்கத்தின் துணையுடன்தான் அம்பானி இந்த அளவுக்கு முன்னேறியிருக்கிறார் என்று அவருடைய எதிரிகள் சொன்னதெல்லாம் உண்மைதானோ என்றுகூட அவர்கள் நினைத்தார்கள். ஏனெனில், அம்பானியுடன் நட்புறவு கொண்டிருந்த இந்திரா காந்தி அரசு அகாலமாக முடிவடைந்து, ராஜீவ் அரசு தொடங்கிய பிறகுதான், அம்பானியின் பெரிய பிரச்சினைகளும் தொடங்கின. ரிலையன்ஸ் நிறுவனமும் முதன்முறையாக நஷ்டத்தைச் சந்தித்தது!

ஆனால், எல்லோருடைய கணிப்பையும் மீறி, இந்தக் கஷ்டங்களிலிருந்தும் வெற்றியுடன்தான் வெளியேறினார் அம்பானி. அதற்கான முதல் அடையாளமாக, டிசம்பர் 1986ம் ஆண்டு வெளியிடப்பட்ட அவருடைய நிறுவனத்தின் 500 கோடி மதிப்புள்ள கடன் பத்திரங்கள் (Convertible Debentures) வெளியானது. இந்தப் பத்திரங்களை ஏழு முறை அதாவது 3,500 கோடி ரூபாய்க்கு – விண்ணப்பிக்கப்பட்டது. அதாவது ஒரு பத்திரத்தை வாங்க ஏழு பேர் போட்டியிட்டனர் என்று வைத்துக் கொள்ளலாம். இத்தனை எதிர்மறைப் பிரசாரத்துக்குப் பின்னும் மக்கள் அம்பானியின்மீதும் ரிலையன்ஸ்மீதும் நம்பிக்கையுடன் இருப்பது தெளிவானது!

1987ல் வி.பி.சிங், நிதி அமைச்சர் பொறுப்பிலிருந்து மாற்றப்பட்டார். உடனேயே புதிதாக வந்த நிதி அமைச்சர் ரிலையன்ஸின் பழைய மாற்றமுடியாத கடன் பத்திரங்களைப் பங்குகளாக மாற்ற அனுமதி கொடுத்தார். கிடப்பில் போடப்பட்டிருந்த ரிலையன்ஸ் நிறுவனத்தின் சில உரிமங்கள் மீண்டும் தரப்பட்டன.

அதுமட்டும் இல்லை. ரிலையன்ஸின் எதிரிகள் அரசாங்கத்தின் தொல்லைக்கு உள்ளானார்கள். அப்போது வழக்கிலிருந்த FERA என்ற வெளிநாட்டுப் பணத்தைக் கையாளும் சட்டத்தின் கீழ் நுஸ்லி வாடியாவின் மேல் சில வலுவான குற்றச்சாட்டுகள் எழுப்பப்பட்டன. நுஸ்லி வாடியாவின் அலுவலகங்கள் ரெய்ட் செய்யப்பட்டன. அங்கு கிடைத்த சில தகவல்களின் பேரில் இந்தியன் எக்ஸ்பிரஸ் நிறுவனமும் ரெய்ட் செய்யப்பட்டது. இவர்கள் மீது பல வழக்குகள் போடப்பட்டன.

ஒன்பது

ஒரு தனி மனிதரின் உழைப்பால், ஒரு 'மகா' பிஸினஸ் சாம்ராஜ்யம் உருவாவது, பெருமைக்குரிய விஷயம்தான் என்றாலும், அதில் ஒரு மிகப்பெரிய ஆபத்தும் இருக்கிறது. அந்த மனிதர்தான் அந்த கம்பெனி. அந்த கம்பெனிதான் அந்த மனிதர் என்னும் நிலை உருவாகிவிட்ட பிறகு, அந்த மனிதர் லேசாகக் கண்ணயர்ந்துவிட்டால்கூட அந்த நிறுவனம் என்ன ஆகிவிடுமோ என்கிற பயம், அது சார்ந்த எல்லோருக்குள்ளும் இருக்கும். கிரிக்கெட்டில் சச்சின் டெண்டுல்கர் ஆட்டமிழந்ததும் இந்திய ரசிகர்களில் பலருக்கும் கிலி பிடித்துக்கொள்கிறதே, அப்படி!

1986ல் அம்பானிக்கு இதய அதிர்ச்சி, பக்கவாதம் என்று கேள்விப் பட்டதும், ரிலையன்ஸ் நிறுவனத்துடன் தொடர்புடைய, அதில் முதலீடு செய்திருந்த எல்லோருமே நடுங்கிப்போய்விட்டார்கள். அடுத்து என்ன நடக்குமோ என்கிற பயத்துடன் அவர்கள் எல்லோரும் அம்பானியின் நலனுக்காகப் பிரார்த்தனை செய்து கொண்டிருக்க, அவருடைய எதிரிகள், அநேகமாக பால் பாயசம் வைத்துக் கொண்டாடி இருப்பார்கள்.

அம்பானிக்கும் இந்த விஷயம் நன்றாகத் தெரிந்துதான் இருந்தது. மும்பை ஜஸ்லோக் மருத்துவமனையில் அனுமதிக்கப்பட்டு சிகிச்சை பெற்றுக்கொண்டிருந்த அவர், தன்னுடைய உடல் நலக்குறைவு பற்றிய செய்தி பரவியதால், பங்கு மார்க்கெட்டில் ஏதும் பாதிப்பு இருக்கிறதா? ரிலையன்ஸ் பங்குகள் விலை குறைந்துவிட்டதா? என்றெல்லாம் மிகுந்த அக்கறையுடன் விசாரித்துத் தெரிந்துகொண்டார்!

உடல் பிரச்சினையையும் தாண்டி, அவரை உறுத்திக் கொண் டிருந்த ஒரு பெரிய கவலை என்னவென்றால், அவரைப் பற்றியும்

ரிலையன்ஸ் பற்றியும், அவருடைய எதிரிகள் பரப்பிவந்த வதந்திகள்தான். அம்பானியால் இனிமேல் எழுந்திருக்கவே முடியாது. ரிலையன்ஸை மொத்தமாக இழுத்து மூடப்போகிறார்கள் என்றெல்லாம் மனதில் தோன்றிய கணிப்புகளை, நிஜம்போல் பரப்பிக்கொண்டிருந்தார்கள் அவர்கள்.

நம் ஊரில் வதந்'தீ' பரவும் வேகத்துக்குக் கேட்கவும் வேண்டுமா? இதையெல்லாம் மக்கள் நம்பத் தொடங்கி விட்டால், ரிலையன்ஸின் பங்குகள் பாதிக்கப்படுமே. ரிலையன்ஸின் பங்கு மதிப்புக் குறைவதால், லட்சக்கணக்கான முதலீட்டாளர்கள் தாங்கள் செய்யாத தவறுக்கு தண்டனை அனுபவிப்பார்களே என்று நினைத்து வருந்தினார் அம்பானி.

ஆகவே, இதய அதிர்ச்சியின் தாக்கம் குறைந்து, ஓரளவு நல்ல நிலைக்குத் திரும்பியதும், அவர் செய்த முதல் காரியம், பத்திரிகையாளர்களையும், தன்னுடைய முக்கிய முதலீட்டாளர்களையும் அழைத்துப் பேசியதுதான். ''எனக்கு ஒன்றும் இல்லை. நான் நன்றாகத்தான் இருக்கிறேன். சில பரிசோதனைகளுக்காக வெளிநாடு செல்கிறேன். பழையபடி திரும்பி வருவேன்'' என்று சிரித்த முகத்துடன் அவர் சொல்ல, மறுநாள் செய்தித்தாள்களில் அந்தச் செய்தி பிரதானமாக வெளியாகி, நாடெங்கிலும் இருந்த ரிலையன்ஸின் முதலீட்டாளர்கள் எல்லோர் மனதிலும் பால் வார்த்தது!

இச் சந்தர்ப்பத்தில் அம்பானி செய்த இன்னொரு புத்திசாலித் தனமான விஷயம், தன்னுடைய மகன்களான முகேஷ் மற்றும் அனில் அம்பானியை அழைத்து, ரிலையன்ஸ் நிறுவனத்தின் பொறுப்புகளை, உரிய முறையில் அவர்களுக்குப் பகிர்ந்து கொடுத்ததுதான்!

முகேஷுக்கும், அனிலுக்கும் அப்போது முப்பது வயதுகூட நிறைந்திருக்கவில்லை. ஆனாலும், அவர்களின் திறமைமேல் நல்ல நம்பிக்கை வைத்திருந்தார் திருபாய் அம்பானி. ''இந்த மருத்துவ சிகிச்சை இன்னும் எத்தனை நாள் நீடிக்குமோ தெரியாது. ஆகவே, நான் குணமாகித் திரும்பும்வரை, நம் கம்பெனியை ஒழுங்காக கவனித்துக்கொள்ளுங்கள்'' என்று அவர்கள் இருவரிடமும் சொல்லி, உறுதி வாங்கிக்கொண்ட பிறகுதான், தன்னை மருத்துவர்களிடம் ஒப்படைத்துக் கொண்டார் அவர்.

வெற்றிகரமான மனிதர்களை, அம்பானி இரண்டு வகையாகப் பிரிப்பதுண்டு நிலா மனிதர்கள், சூரிய மனிதர்கள்!

சூரியனிடமிருந்து கிடைக்கிற ஒளியை, தன்னுடைய சொந்த ஒளிபோல் காண்பித்துக்கொண்டு நிலா ஒளிர்கிறது. அது பளபளப்பாக வானத்தில் மின்னினாலும், அதன் வெளிச்சத்தில் கொஞ்சம்கூட அதற்குச் சொந்தமில்லை. எல்லாமே கடன் வாங்கிய வெளிச்சம்தான்!

இதேபோல், பரம்பரையாகத் தொடர்கிற குடும்பத் தொழிலில் இறங்கி, அப்பாவும் தாத்தாவும் சேர்த்துவைத்த பணத்தில், புகழின் வெளிச்சத்தில் ஜாலியாகக் காலம் கழிக்கிற பிள்ளைகளை, அம்பானி 'நிலா மனிதர்கள்' என்று கேலியாகச் சொல்வாராம்!

அப்படி எந்நாளும் நிலா மனிதர்களாக இருப்பது யாருக்கும் பெருமையில்லை. ஆரம்பத்தில் வேண்டுமானால், கொஞ்ச நாள், தொழில் பழகும்வரை அந்த வாடகை வெளிச்சத்தில் குளிர்காய்ந்து கொள்ளலாம், ஆனால் சீக்கிரத்திலேயே அதிலிருந்து விடுபட்டு, சூரிய மனிதர்களாக, தன்னுடைய வெளிச்சத்தைத் தானே உண்டாக்கிக் கொள்கிறவர்களாக உருவாகவேண்டும். அதில்தான் ஒரு மனிதனின் உண்மையான வெற்றியும், பெருமையும் இருக்கிறது என்று தான் சந்திக்கிற எல்லா 'வாரிசு'த் தொழிலதிபர்களுக்கும் அம்பானி அறிவுறுத்துவது உண்டு!

அம்பானியின் மகன்களும், அப்பாவின் தொழிலிலேயே இறங்கி விட்டவர்கள்தான். ஆனால் இப்போது, யாரும் எதிர்பார்த்திராத ஒரு விபத்தினால், அவர்களுக்குச் சூரிய மனிதர்களாக வெளிப் படுகிற வாய்ப்புக் கிடைத்தது. அவர்களும் அதை மிகச்சிறப்பாக பயன்படுத்திக் கொண்டார்கள்!

ரிலையன்ஸ் நிறுவனம் அப்போது முழுவீச்சில் ஈடுபட்டிருந்த பல்வேறு திட்டங்களைப் பராமரித்து, செயல்படுத்துகிற முக்கியமான பொறுப்பை முகேஷ் அம்பானி ஏற்றுக்கொண்டார். முதலீடுகளுக்குத் தேவையான நிதி திரட்டுதல், மார்க்கெட்டிங், விளம்பரங்கள் போன்ற மக்கள் தொடர்பு சமாசாரங்கள் யாவும் அனில் அம்பானியின் பொறுப்பில் சேர்ந்தன. சகோதரர்கள் இருவரும், திருபாய் அம்பானியின் ஆலோசனைகளுடன் மும்முரமாகச் செயல்படத் தொடங்கினார்கள்.

அம்பானியின் எதிரிகள் ஆசைப்பட்டதுபோல், ரிலையன்ஸ் நிறுவனம் ஒரேயடியாகப் 'படுத்து'விடவில்லை. ஒரு நீண்ட பெருமூச்சுடனும் 'பெரியவர்' சீக்கிரத்தில் நலம்பெற்றுத் திரும்பவேண்டும் என்கிற பிரார்த்தனையுடனும் ரிலையன்ஸின் சக்கரங்கள் மீண்டும் பழைய வேகத்தில் ஓடத் தொடங்கின!

●

திருபாய் அம்பானி மருத்துவச் சிகிச்சையில் இருக்க, அவரது மகன்கள் இருவரும் ரிலையன்ஸின் தலைமைப் பொறுப் பேற்றிருக்கும் இந்தச் சூழ்நிலையில், அம்பானியின் இரண்டு மகள்களைப் பற்றியும் கொஞ்சம் சொல்லிவிடலாம்.

முகேஷுக்கும், அனிலுக்கும் இடையில் பிறந்த அம்பானியின் மகள்களான நீனா மற்றும் தீப்தி ஆகியோர் ரிலையன்ஸின் நடவடிக்கைகளில் நேரடியாக பங்கு பெற்றதாகத் தெரிய வில்லை. ஆனால், இந்த இருவரும் மணந்துகொண்டது, இந்தியாவின் முன்னணித் தொழிலதிபர்களை!

சிறுவயது முதலே அம்பானி குடும்பத்துக்கு நன்கு பழக்கமானவராகிய தத்தாராஜ் சல்காவோங்கரைக் காதலித்து மணந்த தீப்தி தற்சமயம் கோவாவில் வசிக்கிறார். அவரது சகோதரி நீனா சென்னையைச் சேர்ந்த ஷியாம் கோதாரியை மணந்து, தமிழ்நாட்டுக்குக் குடிபெயர்ந்தவர்!

அம்பானியின் மருமகன்கள் இருவரும் தொழில்துறையைச் சேர்ந்தவர்கள் என்றால் அவரது மருமகள்கள் இருவரும் கலைத்துறைப் பெண்கள். முகேஷின் மனைவி நடனத்தில் ஆர்வமுள்ள பள்ளி ஆசிரியை நீடா. அனிலின் மனைவி நடிகை டினா முனிம்!

இவர்கள் அனைவரும் மும்பையில் கூட்டுக் குடும்பமாக வசித்து வருகிறார்கள். மகன்கள், மருமகள்கள், பேரப் பிள்ளைகள் என்று கலகலப்பான குடும்பம்!

திருபாய் அம்பானியின் திடீர் உடல் நலக் குறைவு இந்தக் குடும்பத்தை ஒரு பெரிய அதிர்ச்சியாகத் தாக்கியது. அவர் சீக்கிரத்தில் குணம்பெறவேண்டும் என்னும் பிரார்த்தனையோடு அவரது குடும்பத்தினர் அவருக்குப் பக்கபலமாக இருந்தார்கள்!

●

எதிர்பாராத இதய அதிர்ச்சியினால், அம்பானியின் வலது பக்க உடல், பெருமளவில் செயலிழந்திருந்தது. குறிப்பாக, அவருடைய வலது கையும், அதுசார்ந்த பகுதிகளும் முற்றிலுமாக உபயோகமற்றுப்போன சூழ்நிலை.

முதலில் இந்தியாவிலும் பின்னர் ஸ்விட்சர்லாந்து மற்றும் அமெரிக்காவின் கலிஃபோர்னியா மாகாணத்திலும் உலகின் மிகச்சிறந்த மருத்துவர்கள் அம்பானிக்கு சிகிச்சை அளித்தார்கள். அவர்களுடைய தொடர்ச்சியான சிகிச்சை மற்றும் கவனிப்பால் அம்பானியின் உடல்நிலையில் மெல்ல மெல்ல முன்னேற்றம் ஏற்பட்டது.

இந்த டாக்டர்களின் திறமையையும், அம்பானியையே நம்பியிருந்த ஏராளமான இந்தியக் குடும்பங்களின் உருக்கமான பிரார்த்தனைகளையும் தாண்டி, அவரை சீக்கிரத்தில் குணமடையச் செய்த வேறொரு விஷயம் உண்டென்றால், அது இந்தியாவிலிருந்து அவருக்கு அவ்வப்போது வந்துகொண்டிருந்த தொலைபேசி அழைப்புகளிலும், கடிதங்களிலும் ஒளிந்திருந்தது.

தன்னுடைய செல்லப் பிள்ளையாகிய ரிலையன்ஸ், எந்தப் பிரச்சினையும் இல்லாமல், பாதுகாப்பான கரங்களில், பத்திரமாக இருக்கிறது. எப்போதும்போல் சிறப்பாகச் செயல்படுகிறது என்கிற நிம்மதியான செய்திதான் அது!

உடம்புக்கு முடியாமல் சுருண்டு படுத்திருக்கிற தாத்தாகூட, தன் பேத்திக்குத் திருமணம் என்றவுடன், சுறுசுறுப்பாக எழுந்து உட்கார்ந்து எல்லோரையும் அதட்டி வேலை வாங்கத் தொடங்கிவிடுவதுபோல, இந்தச் செய்தி தந்த உற்சாகத்தில், அம்பானி சீக்கிரத்திலேயே குணமடைந்து, எல்லோருடனும் சகஜமாகப் பழகத் தொடங்கிவிட்டார்!

என்றாலும், மருத்துவர்களின் ஆலோசனைப்படி, அவர் நல்ல ஓய்வெடுக்கவேண்டியிருந்தது. தவிர, பக்கவாதத்தினால் பாதிக்கப்பட்டிருந்த அவருடைய உடல் பாகங்கள் மீண்டும் பழையபடி இயக்கத்துக்குப் பழக, இன்னும் சில பயிற்சிகளைத் தொடர்ந்து மேற்கொள்ளவேண்டும் என்று டாக்டர்கள் தெரிவித்தார்கள். அதன்பிறகுதான், அவர் தன்னுடைய அலுவலகத்துக்குத் திரும்பமுடியும்.

எப்போதும் சுறுசுறுப்பாகவே இருந்து பழகிவிட்ட அம்பானிக்கு, இப்படி மாதக்கணக்கில் சும்மா உட்கார்ந்திருப்பது ஒரு கொடுமையான அனுபவமாகத்தான் இருந்திருக்க வேண்டும். ஆனால் அதிலும் அம்பானிக்கு சில உற்சாகக் கணங்கள் கிடைத்தன. நாள்முழுதும் தன்னுடைய பேரனைக் கொஞ்சுவதிலும், அவனுடன் சரிக்குச் சரியாக விளையாடுவதிலும் பொழுதுபோக்கினார் அவர்.

1989ம் ஆண்டில்தான், திருபாய் அம்பானியால் மீண்டும் ரிலையன்ஸ் அலுவலகத்துக்குச் சென்று, தன்னுடைய பணிகளைத் தொடரமுடிந்தது. அதுவரையில் அவருடைய மகன்கள் இருவரும் அவர் சார்பாக ஆட்சி நடத்தினார்கள். முக்கியமான பிரச்னைகளில், எப்போதும்போல் திருபாய் அம்பானியின் ஆலோசனைகள் பெறப்பட்டு, அதன்படியே ரிலையன்ஸ் நிறுவனம் இயங்கியது என்பதால் கஷ்ட நஷ்டங்கள் ஏதுமில்லாத ராமராஜ்யம்தான்.

நாம் முன்பே பார்த்ததுபோல், பாதால்கங்கா ஆலையில் 1986 முதல் PTA என்ற வேதிப்பொருளைத் தயாரிக்கத் தொடங்கியிருந்த ரிலையன்ஸ் நிறுவனம், 1988ல் அதன் மூலப்பொருளான பாராஸைலீன் மற்றும் இதர உட்பொருள்களையும் தயாரிக்கலானது. இதன்மூலம், இந்திய ரசாயனத் துறையின் மிகப்பெரிய உற்பத்தியாளராக வளர்ந்தது ரிலையன்ஸ்!

●

நான்காவது உலகக் கோப்பை கிரிக்கெட் போட்டிகள், 1987ம் ஆண்டு இந்தியாவிலும், பாகிஸ்தானிலும் நடைபெற்றன. உலகின் முக்கியமான கிரிக்கெட் தேசங்கள் அனைத்தும் கலந்துகொண்டு போட்டியிடுகிற மாபெரும் திருவிழா இது. தவிர முந்தைய 1983 உலகக் கோப்பையை கபில்தேவ் தலைமையிலான இந்திய அணி வென்றிருந்ததால், கிரிக்கெட் ரசிகர்கள் இந்தப் போட்டியை மிகுந்த ஆவலுடன் எதிர்பார்த்துக் கொண்டிருந்தார்கள்.

கிரிக்கெட்டுக்கும், ரிலையன்ஸுக்கும் எந்தச் சம்பந்தமும் இல்லை. என்றாலும், அதிகமான மக்களைச் சென்றடைவதற்கான ஒரு நல்ல விளம்பர வாய்ப்பாக இதைக் கருதியது ரிலையன்ஸ். இந்த விதத்தில், பென்சில், பலப்பத்திலிருந்து,

மிகப்பெரிய கார்கள் வரை, கிரிக்கெட் தலைகளைக் காண்பித்தே எல்லாவற்றையும் விற்கிற இந்நாள் விளம்பரதாரர்களுக் கெல்லாம் ரிலையன்ஸ்தான் முன்னோடி!

அம்பானியின் ரிலையன்ஸை முக்கிய ஸ்பான்ஸராகக் கொண்டு 1987 உலகக் கோப்பைப் போட்டிகள் தொடங்கின. வெற்றிக்கோப்பைக்கும் 'ரிலையன்ஸ் கப்' என்று பெயர் சூட்டப்பட்டதால் அந்நிறுவனத்துக்கு உலகப்புகழ் கிடைத்தது!

பெரிய அளவில் இந்தப் போட்டியை நடத்திய இந்தியாவும் பாகிஸ்தானும்தான் இறுதி ஆட்டத்தில் மோதும் என்று எல்லோ ரும் ஆவலாக எதிர்பார்த்துக் கொண்டிருந்த 'ரிலையன்ஸ்' கோப்பையை எங்கிருந்தோ வந்த ஆஸ்திரேலியா தட்டிக் கொண்டு போனது பெரிய சோகக்கதை. ஆனால், இந்தப் போட்டிகளின் பரபரப்பில், ரிலையன்ஸுக்கு ஏகப்பட்ட லாபம் என்பதுதான் ஆச்சரியமான விஷயம்!

பொதுவாக, இதுபோன்ற பெரிய விளையாட்டுப் போட்டிகளின் விளம்பரதாரர்களுக்கு நல்ல பேரும் புகழும் விளம்பரமும் கிடைக்குமே தவிர, கடைசியில் கணக்குப் பார்த்தால் கையில் தேங்காய் மூடிகூட மிஞ்சாது. ஆனால், இதிலும் ரிலையன்ஸ் தன்னுடைய புதுமையான அணுகுமுறையைக் காண்பித்தது. பொதுவாக ஒரு பெரிய விளையாட்டுப் போட்டியினை அந்தப் போட்டிகளின் உரிமையாளர் நடத்துவார். விளம்பரதாரர் வெறு மனே பணத்தை மட்டும் கொடுத்துவிட்டு ஒதுங்கிக் கொள்வார்.

ஆனால் அப்பொழுது இந்திய, பாகிஸ்தான் கிரிக்கெட் வாரியங்கள் இணைந்து உலகக் கோப்பையை நடத்தின. அவற்றுக்கு உலகக்கோப்பை போன்ற மாபெரும் ஆட்டத்தை நடத்தக்கூடிய அளவுக்குத் திறமை அப்பொழுது கிடையாது. எனவே ரிலையன்ஸ் தானே முன்னின்று ஆட்டங்களை நடத்தித் தர ஒப்புக்கொண்டது. ஆட்டங்களை ஒளிபரப்பும் உரிமையை உலகத் தொலைக்காட்சிகளுக்கு விற்பதிலிருந்து, உள்ளூர் ஸ்டேடியத்தில் விளம்பரத் தட்டிகளை விற்பது வரை அனைத்தையும் ரிலையன் ஸின் முத்ரா அட்வர்டைஸிங் ஏஜென்சி கவனித்துக் கொண்டது. இதன்மூலம் பெயருக்குப் பெயர், பணத்துக்குப் பணமும்!

அத்துடன் 'ரிலையன்ஸ் கப்' கிரிக்கெட் போட்டிகளின் மூலம் தனக்குக் கிடைத்த பெரும் புகழையும், விளம்பரத்தையும்,

தன்னுடைய பிஸினஸ் வளர்ச்சிக்கு வெகுவாகப் பயன்படுத்திக் கொண்டது ரிலையன்ஸ்.

•

புகழ்பெற்ற லார்ஸன் அண்ட் டூப்ரோ (L & T) நிறுவனம், 1988-ம் ஆண்டு ஒரு பெரிய பிரச்னையை சந்தித்து, மிகவும் மோசமான நிலைமையில் இருந்தது. உடனடியாக யாராவது மகானுபாவர் கள் தலையிட்டுக் காப்பாற்றினால்தான் உண்டு என்கிற சூழ்நிலை.

பல பெரிய நிறுவனங்களுக்கு புரொமோட்டர்கள் என்னும் வலுவான பின்னணிக் குடும்பம் ஒன்று இருக்கும். அவர்கள்தான் அந்த நிறுவனத்தைத் தொடங்கியிருப்பார்கள். அவர்களிடம் தான் அந்த நிறுவனத்தின் பெரும்பான்மைப் பங்குகள் இருக்கும். அவர்கள்தான் இந்த நிறுவனம் அடுத்து என்ன செய்யவேண்டும் என்பதைத் தீர்மானிப்பார்கள். உதாரணத்துக்கு ரிலையன்ஸ் நிறுவனத்தை எடுத்துக்கொண்டால் அதன் புரொமோட்டர்கள் திருபாய் அம்பானி குடும்பத்தினர்.

அதே சமயம் வேறு சில நிறுவனங்களின் இப்படியான புரொமோட்டர்கள் யாரும் இருக்க மாட்டார்கள். இந்த நிறுவனத்தின் பங்குகள் அனைத்துமே வெவ்வேறு ஆள்களிடம் பிரிந்து இருக்கும். அப்படியானால் இந்த நிறுவனத்தினை முன்செலுத்தும் திட்டத்தை யார் வகுப்பது? இந்த நிறுவனங் களுக்கென நியமிக்கப்பட்ட அதிகாரிகள் இருப்பார்கள் அல்லவா? அவர்கள்தான் இந்த நிறுவனத்தை வழிகாட்டி முன்செலுத்துவார்கள்.

ஆனால் இந்த நிறுவனங்களைச் சில சமயம் உள்நோக்கம் கொண்ட சிலர் விலைக்கு வாங்க முயற்சி செய்வார்கள். அவர் கள் சிறிது சிறிதாக பங்கு மார்க்கெட்டில் இந்த நிறுவனத்தின் பங்குகளை வாங்கி, நிறுவனத்தின் போர்டில் உட்காருவார்கள். பின் இன்னமும் அதிகமாகப் பங்குகளைச் சேர்த்து திடீரென நிர்வாகத்தைக் கைப்பற்றுவார்கள். நிர்வாகத்தைக் கைப்பற்றி யதும் அந்த நிறுவனத்தின் சொத்துகளைத் தாம் விரும்பிய வகையில் செலவழித்து தனது வருமானத்தைப் பெருக்கிக் கொண்டு, நிறுவனத்தை அம்போவென்று விட்டுவிட்டுப் போய்விடுவார்கள். இதுபோன்ற ஆசாமிகளை Corporate Raiders -

அதாவது நிறுவனத்தைக் கொள்ளையிடுபவர்கள் என்று சொல்வதுண்டு.

அப்படித்தான் மனு சாப்ரியா என்பவர் 1988ல் எல் & டியை கைப்பற்ற முனைந்தார். இதனால் பயந்துபோன எல் & டி, திருபாய் அம்பானியை எதிர்நோக்கியது. இவர் வந்து நம்மைக் காப்பாற்றி விடுவார் என்று நம்பிக்கையுடன் இருந்தது. அம்பானியும் எல்&டி பங்குகளை விலைக்கு வாங்கி, மனு சாப்ரியாவின் முன்னேற் றத்தைத் தடுத்தார். எல் & டியின் அப்பொழுதைய சேர்மன் ஆதரவுடன் திருபாய் அம்பானியின் மகன்கள் முகேஷ், அனில் இருவரும் அந்நிறுவனத்தின் இயக்குநர்களாக நியமிக்கப் பட்டார்கள்.

எல் & டி சேர்மன் ஓய்வுபெறும்போது, தனக்குப் பதில் திருபாய் அம்பானியையே அந்தப் பதவியை எடுத்துக்கொள்ளச் சொன் னார். ஆக 1989 ஏப்ரலில் திருபாய் அம்பானி எல் & டியின் சேர்மன் ஆனார்.

இதய அதிர்ச்சி, பக்கவாதம் என்று இரண்டு பெரிய ராட்சஸர் களிடமிருந்து உயிர் பிழைத்து வந்த அம்பானியை, அப்போது நேரில் பார்த்தவர்கள் எல்லோருமே ஆச்சரியத்தில் மூழ்கிப் போனார்கள். காரணம், மனிதரிடம் ஒரு சின்ன சோர்வோ, களைப்போ, ஊனப்பட்ட உணர்வோ இல்லவே இல்லை, ஏதோ தூக்கத்திலிருந்து எழுந்து வருபவர்போல, மீண்டும் பழையபடி சுறுசுறுப்பாக இயங்கத் தொடங்கிவிட்டார் அவர்!

உண்மையில், அம்பானியின் பக்கவாதம் அவருடைய சில உடல் பகுதிகளை, பழைய வேகத்தில் இயங்க முடியாதபடி பாதித் திருந்தது. என்றாலும், அந்தக் குறைகள் எவையும் வெளியே தெரியாதபடி, தனது கூர்மையான மூளைத்திறனைப் பயன் படுத்தி, அபாரமாகப் பணியாற்றினார் அம்பானி. மூன்று ஆண்டு ஓய்வுக்கெல்லாம் சேர்த்து சாதித்துவிடவேண்டும் என்பது போன்ற ஒரு வேகத்துடனும் வெறியுடனும்தான் அவருடைய நடவடிக்கைகள் இருந்ததாக, அம்பானியுடன் நெருங்கிப் பழகியவர்கள் குறிப்பிடுகிறார்கள்.

ரிலையன்ஸ் மற்றும் எல் & டி என்ற இரட்டைக் குதிரைகளிலும் அதிலாவகமாகச் சவாரி செய்து கொண்டிருந்த அம்பானிக்கு, 1989-ம் ஆண்டு இறுதியில் இன்னொரு சோதனை காத்திருந்தது.

அவருடைய முன்னாள் 'எதிரி' வி.பி.சிங், இந்தியாவின் பிரதமராகப் பதவியேற்றுக்கொண்டார்.

அம்பானி எல்&டியின் நிர்வாகத்தைப் பிடிப்பதற்காக அரசு நிறுவனங்களான எல்.ஐ.சி, ஜி.ஐ.சி போன்ற இன்ஷுரன்ஸ் நிறுவனங்களிடமிருந்து பங்குகளை வாங்கியிருந்தார். இது மோசடி என்று இந்தியன் எக்ஸ்பிரஸ் நாளிதழ் தன் பத்திரிகையில் எழுதியது. வி.பி.சிங் இன்ஷுரன்ஸ் நிறுவனங்களுக்கு நெருக்கடி கொடுக்கத் தொடங்கினார்.

இந்த விஷயம் நீதிமன்றத்துக்குச் சென்றது. அரசு இப்பொழுது எதிர்த் திசையில் இருப்பதால் தனக்குத் தோல்விதான் ஏற்படும் என்று தெரிந்துகொண்ட அம்பானி தான் எல்.ஐ.சி, ஜி.ஐ.சி ஆகியவற்றிடமிருந்து வாங்கிய பங்குகளைத் திருப்பிக் கொடுத்து விட்டார். தனது எல் & டி சேர்மன் பதவியை ராஜிநாமா செய்தார்.

(இந்நிலையில் அம்பானிக்கு நஷ்டம் வந்தாலும், பிற்காலத்தில் எல் & டி மூலம் அம்பானிக்கு நல்ல லாபம் கிடைத்தது. தான் எல் & டியில் வாங்கியிருந்த அனைத்துப் பங்குகளையும் அம்பானி விற்கவேண்டியிருக்கவில்லை. அதைக் கையோடு வைத்திருந்தார். 2001 நவம்பரில் இன்னமும் சில பங்குகளை சேர்த்து வாங்கி அதே மாதமே பிர்லா குழுமத்துக்குக் கொள்ளை லாபத்தில் தன் பங்குகளை விற்றார் அம்பானி. இதுவும் சர்ச்சையைக் கிளப்பியது. ஆனால் பங்கு மார்க்கெட்டைக் கண்காணிக்கும் SEBI என்னும் நிறுவனம் அம்பானி மீது சிறு அபராதம் மட்டுமே விதித்து, விட்டுவிட்டது.)

●

இந்த சலசலப்புகளெல்லாம் ஒருபக்கமிருக்க, அம்பானியின் ரிலையன்ஸ் நிறுவனம் எப்போதும்போல் நிலையான வளர்ச்சி யும், லாபமுமாக செழித்துக் கொண்டிருந்தது. திருபாய் அம்பானியின் வழிகாட்டுதலின்கீழ், முகேஷ் அம்பானி மற்றும் அனில் அம்பானி இருவரும் நிறுவனத்தை வெற்றிகரமாகச் செலுத்திக் கொண்டிருந்தார்கள்.

இளைய அம்பானிகளின் ஆட்சியில், ரிலையன்ஸ் நிறுவனம் அடைந்த வளர்ச்சிக்கு உதாரணமாக, ஒரே ஒரு புள்ளி விபரத்தைக் குறிப்பிட்டால் போதும். 1986ல் அம்பானிக்கு இதய அதிர்ச்சி ஏற்பட்டபோது, ரிலையன்ஸ் நிறுவனத்தின் மொத்த

மதிப்பு, சுமார் ஆயிரம் கோடி. அடுத்த பதினைந்து வருடங்களில் அம்பானி பழைய வேகத்தில் இல்லை என்று எல்லோரும் சொல்லிக் கொண்டிருந்த காலகட்டத்தில் மட்டும் ரிலையன்ஸின் மதிப்பு கிட்டத்தட்ட 160 மடங்கு உயர்ந்திருக்கிறது!

இந்த அமோக வளர்ச்சிக்குப் பின்னால், அம்பானி மற்றும் அவருடைய இரண்டு மகன்களின் தளராத உழைப்பும், திட்டமிடலும், பொறுப்புப் பகிர்தலும் இருக்கிறது. ஏனெனில், நெருப்பின் மீது நிற்பது போன்றதோர் இக்கட்டான நிலைமை யில்தான் ரிலையன்ஸின் தலைமையை ஏற்றுக்கொண்டார்கள் முகேஷ் அம்பானியும் அனில் அம்பானியும். அப்பாவின் சாம்ராஜ்யத்தை இந்த சின்னப்பையன்கள் காப்பாற்றுவார்களா, அல்லது அழித்துவிடுவார்களா என்று எல்லோரும் அவர் களையே உன்னிப்பாகப் பார்த்துக்கொண்டிருந்தார்கள்.

எப்படிப்பட்ட திறமைசாலிகளாக இருந்தாலும், இப்படியொரு பதற்றமான சூழ்நிலையில், கொஞ்சமேனும் தடுமாறிப்போவது நிச்சயம். ஆனால் நல்லவேளை, முகேஷையும், அனிலையும் காப்பாற்றியது மூத்த அம்பானியின் அனுபவ ஞானம். அவர் அப்போது தொடர்ந்த மருத்துவ சிகிச்சையில் இருந்தபோதும், ரிலையன்ஸின் முக்கியமான பிரச்னைகளிலும் கொள்கை முடிவுகளிலும் அவருடைய தீர்மானம்தான் இறுதியானதாக இருந்தது. அவருடைய ஆலோசனைகளின் அடிப்படையில் முகேஷ் அம்பானியும் அனில் அம்பானியும் சிறப்பாகச் செயல்படமுடிந்தது.

இத்தனை கலாட்டாவிலும், பெரிய நன்மை என்னவென்றால், நல்ல திறமைசாலிகளான அம்பானியின் மகன்கள் இருவரும் தங்களை நிரூபிக்கக் கிடைத்த ஒரு வாய்ப்பாக இதைக் கருதிக்கொண்டதுதான். அப்பா ஓய்வில் இருக்கும்போதும் ரிலையன்ஸை பழைய வேகத்தில் நடத்துவதில்தான் தங்க ளுடைய சாமர்த்தியம் இருக்கிறது என்று நினைத்துக்கொண்ட முகேஷும் அனிலும், அதில் நல்ல வெற்றியடைந்தார்கள். இதன் பலனாகத் தனிப்பட்ட முறையில் இந்த இருவருமே திறமைமிக்க தொழிலதிபர்களாக உருவானார்கள். (பின்னாள் களில், 1997ம் ஆண்டின் 'சிறந்த இந்தியத் தொழிலதிபர்கள்' என்ற விருதை பிஸினஸ் இந்தியா இதழ் முகேஷ் அம்பானி, அனில் அம்பானி சகோதரர்களுக்கு வழங்கியது.)

திருபாய் அம்பானி என்ற தனிமனிதர்தான் ரிலையன்ஸ்; அவர் இல்லாவிட்டால், அந்த நிறுவனமே தலைகுப்புறக் கவிழ்ந்து விடும் என்றெல்லாம் அவருடைய எதிரிகள் மக்களிடையே பிரசாரம் செய்துகொண்டிருக்கையில், தான் பொறுப்பில் இல்லாத சூழ்நிலையைத் தன்னுடைய நிறுவனமும் தொழிலாளர்களும் மகன்களும் இத்தனை அழகாகவும் முதிர்ச்சியுடனும் சமாளித்திருப்பதைப் பெருமையுடன் பார்த்து மகிழ்ந்தார் அம்பானி. அந்தச் சிலிர்ப்பில்தான் ''நான் இல்லாவிட்டாலும், ரிலையன்ஸ் இருக்கும்'' என்று பெருமிதத்துடன் குறிப்பிட்டார் அவர்!

''ரிலையன்ஸை நான்தான் உண்டாக்கினேன், வளர்த்தேன் என்பதெல்லாம் உண்மைதான். ஆனால் இப்போது, ரிலையன்ஸ் ஒரு தொழில் நிறுவனம் என்கிற நிலையைக் கடந்து, ஒரு கொள்கை அமைப்பாக உருவாகிவிட்டது. இனிமேல் எந்தத் தனிமனிதரும் இங்கே முக்கியமில்லை. இன்றைக்கு ஒரு திருபாய் அம்பானி இருக்கலாம். நாளைக்குப் போய்விடலாம். ஆனால் ரிலையன்ஸின் தொழிலாளர்களும், பங்குதாரர்களும், அதை எப்போதும் உயிர்ப்புடன் வைத்திருப்பார்கள்.''

●

ரிலையன்ஸ் நிறுவனத்தின் பரிணாம வளர்ச்சியில் அடுத்த கட்டம், அம்பானியின் நீண்டநாள் கனவு ஒன்றைப் பூர்த்தி செய்வதாக அமைந்தது. ஒருகாலத்தில், ஏமன் தேசத்தில் வாகனங்களுக்கு பெட்ரோல் நிரப்பிக் கொண்டிருந்தவரை, இந்திய பெட்ரோலியத் துறையின் மாமன்னராக உருவாக்கிய திட்டம் அது!

பத்து

திருபாய் அம்பானி என்ற வெற்றிகரமான தொழிலதிபரைப் பற்றி, விரிவாகப் பார்த்துக்கொண்டிருக்கிறோம். அம்பானியின் பேச்சும், மூச்சும் என்று ஆகிவிட்ட தொழில்துறையிலிருந்து, அவரைப் பிரித்து யோசிப்பதே கஷ்டம்தான். என்றாலும், அவருடைய தனிப்பட்ட ஆர்வங்கள், பழக்க வழக்கங்கள் போன்றவற்றையும் கொஞ்சம் தெரிந்துகொண்டால், மனதளவில் அவரைக் காட்சிப் படுத்துவதற்கு எளிதாக இருக்கும் இல்லையா?

பிரகாசமான கருநிறக் கண்களைக் கொண்டவர் அம்பானி. சிரித்த முகமும், கூர்மையான பார்வையும், நன்கு பராமரிக்கப்பட்ட கட்டுடலும் அவருடைய பிற அடையாளங்கள்.

சீரியஸான பிஸினஸ்காரர் என்று அறியப்பட்டிருக்கும் இதே அம்பானி, நண்பர்களோடு நேரம் செலவிடுகையில், அதற்கு முற்றிலும் எதிரான தோற்றம் கொள்வார். தொழில்முறை நண்பர்களுடனேயே, அலுவல் ரீதியான பேச்சுகள் முடிந்ததும் சோஃபாவில் காலைத் தூக்கிவைத்துக்கொண்டு இயல்பாகப் பேசுகிற மனிதர், நல்ல நகைச்சுவையைக் கேட்கிறபோது சத்தமாக வெடித்துச் சிரிக்கக்கூடியவர்!

நண்பர்களுக்காக எதுவும் செய்வார். சினிமாப் பாட்டு பாஷையில் சொல்வதானால், நட்பைக்கூட கற்பைப்போல எண்ணுகிற ரகம்.

அரசியலில் அதிக ஆர்வம் என்று சொல்லமுடியாது. ஆனால் தேர்தல் நேரங்களில் மட்டும், எல்லாத் தொகுதி முடிவுகளையும் கவனித்துத் தெரிந்துகொள்வார். குஜராத்தி நாடகங்களை விரும்பிப் பார்க்கிறவர்.

வெற்றிலை ('பான்') ரொம்பப் பிடிக்கும். ஒரு நாளைக்கு ஆபீஸில் 12, வீட்டில் 12 என்று குதப்புகிற தீவிர 'பான்' ரசிகர்.

குழந்தைகள் என்றால் அவருக்கு மிகவும் பிரியம். அவர்களை நமது கலாசாரப்படி, நம் நாட்டுக் குழந்தைகளாகவே வளர்க்க வேண்டும் என்று விரும்புகிறவர். தன்னுடைய பேரனுக்கு சிவாஜி, ஜான்ஸி ராணி போன்றோரின் வீரக்கதைகளைச் சொல்லித் தருவதற்காக, ஒரு தனி ஆசிரியரையே நியமித்தாராம் அம்பானி!

தினந்தோறும் நடைப்பயிற்சி, உடற்பயிற்சி, வாரந்தோறும் மலையேற்றப் பயிற்சி என்று உடம்பைக் கட்டுக்கோப்பாக வைத்துக்கொள்வதில் ஆர்வம் காட்டுகிறவர் அம்பானி. இதற்காக, தன்னுடைய வீட்டினுள்ளேயே தனி 'ஜிம்' அமைத்திருந்தார் அவர்.

அவருக்குப் பிடித்த கார் வெள்ளை நிற கேடிலாக். பிடித்த உணவுவகை குஜராத்தி.

●

இப்போது, மீண்டும் ரிலையன்ஸின் அலுவலகத்துக்குத் திரும்புவோம். அங்கிருக்கும் எல்லோருடைய வாயிலும் 'ஐபிசிஎல்' என்ற வார்த்தை கேட்டுக்கொண்டிருக்கிறது. அதென்ன ஐபிசிஎல்? அதைப்பற்றி இவர்கள் ஏன் காரசாரமாக விவாதித்துக் கொண்டிருக்கிறார்கள்?

தொண்ணூறுகளின் முற்பகுதி வரையில், இந்தியாவின் பெட்ரோலியத் தொழில், IPCL என்ற அரசு நிறுவனத்தின் ஆதிக்கத்தில் இருந்தது (IPCL - Indian Petro Chemical Limited – இந்திய பெட்ரோ கெமிக்கல் நிறுவனம்).

பெட்ரோலியத் தொழில் என்றால், தெருமுனையில் நம் வண்டிக்குப் பெட்ரோல் பிடிக்கிறோமே, அதுமட்டுமில்லை. பெட்ரோலிய கச்சா எண்ணெயிலிருந்து கிடைக்கும் வேதிப் பொருள்கள் பிளாஸ்டிக், ஆடைத் தயாரிப்பு போன்ற பல்வேறு தொழில்களில் முக்கியமான மூலப்பொருள்களாக உபயோகமாகின்றன. ஆகவே, தொழில்துறையில் நல்ல வளர்ச்சியடைந்து கொண்டிருந்த இந்தியாவில், பெட்ரோலிய வேதிப் பொருள்களுக்குக் கணிசமான தேவை இருந்து வந்தது.

ஒரே ஒரு சூரியன்தான், ஒரே ஒரு சந்திரன்தான், பதினெட்டு பட்டிக்கும் ஒரே ஒரு நாட்டாமைதான் என்பதுபோல, பெட்ரோ கெமிக்கல் பொருள்கள் என்றாலே, இந்தியா முழுமைக்கும் ஐ.பி.சி.எல்.தான் எனும்படி, பல ஆண்டுகளாக, சிறிய, பெரிய தொழிலதிபர்களையெல்லாம் தனிக்காட்டு ராஜாவாக ஆட்சி செய்துகொண்டிருந்தது IPCL.

இதில் வேடிக்கை என்னவென்றால், ஐ.பி.சி.எல்.லின் மூன்று ஆலைகளிலிருந்து உற்பத்தியாகும் பெட்ரோலியப் பொருள் களால் இந்தியாவின் மொத்தத் தேவையில் பாதியைத்தான் பூர்த்தி செய்யமுடிந்தது. மிச்சத்தை வெளிநாட்டிலிருந்துதான் இறக்குமதி செய்துகொண்டிருந்தார்கள். என்றாலும் IPCL என்றால் உசத்திதான். காரணம், அவர்களுடன் போட்டியிடு வதற்கு அப்போது யாருமே இல்லை. இந்தியாவிலேயே அதிக லாபம் சம்பாதித்துக் கொண்டிருந்த அரசு நிறுவனங்களில் ஒன்றாக, IPCL விளங்கியது.

பல சந்தர்ப்பங்களில், தேவை இருக்கிற அளவுக்கு பெட்ரோ கெமிக்கல் பொருள்களை உற்பத்தி செய்யமுடியாமல், ஐ.பி.சி.எல். கைவிரித்ததுண்டு. ஆகவே, நம் ஊர் ரேஷன் கடைகள் போல, அவர்கள் கொடுப்பதை வாங்கிக்கொண்டுதான் தொழில் செய்தாகவேண்டும் என்கிற நிலைமை.

இப்படி பல்வேறு காரணங்களால், IPCL-க்கு ஒரு மாற்று தேவைப்பட்டது. ஒரு சின்னப் போட்டியாளராவது இருந்தால் தான் பயந்துகொண்டு அவர்கள் ஒழுங்காக வேலையைப் பார்ப்பார்கள் என்று எல்லோருமே நினைத்தார்கள்.

இதே சந்தர்ப்பத்தில்தான், ஆடைத் தயாரிப்பிலும், அது தொடர் பான வேதிப்பொருள்களின் உற்பத்தியிலும் ஈடுபட்டிருந்த ரிலையன்ஸ், தனது நீண்டகால திட்டத்தின்படி, பெட்ரோலியத் தொழிலில் குதிப்பதைப்பற்றி தீவிரமாக யோசிக்கத் தொடங்கியது.

1991ம் ஆண்டு, குஜராத் மாநிலத்திலுள்ள ஹஜிரா என்ற இடத்தைத் தேர்ந்தெடுத்து. தங்களின் பிரம்மாண்டமான பெட்ரோ கெமிக்கல் ஆலையை அமைக்கத் தொடங்கினார்கள் அம்பானியும், அவருடைய மகன்களும்.

ஹஜிரா என்பது ஒரு மிகப்பெரிய பொட்டல்காடு. அதைத் திருத்திச் சீரமைத்து, ஆலையின் கட்டுமானப்பணிகளைச்

செய்வதில் ரிலையன்ஸுக்குப் பல இடைஞ்சல்கள் ஏற்பட்டன. அரசாங்கம் செய்வதாகச் சொல்லியிருந்த எந்த வசதிகளையும் செய்து தரவில்லை. தண்ணீர் சரியில்லை. மின்சார வசதி போதவில்லை. ஆலைக்கான உபகரணங்களைக் கொண்டு வருவதற்கு துறைமுக வசதிகள் இல்லை. இப்படி இன்னும் பல பிரச்னைகள்.

ஆனால், இதுபோன்ற பிரச்னைகளால், தன்னுடைய கனவு பாதிக்கப்படுவதற்கு அம்பானி சம்மதிக்கவில்லை. ஹஜிரா ஆலையின் கட்டுமானப் பணிகளுக்கு தரைவழியேயும், கடல் வழியேயும் என்னவெல்லாம் போக்குவரத்து மற்றும் இதர வசதிகள் தேவைப்பட்டதோ, அவை அனைத்தையும், தன்னுடைய செலவிலேயே செய்துகொண்டார் அவர்.

இந்த 'நமக்கு நாமே' திட்டத்தால் அம்பானியின் ரிலையன் ஸுக்குக் கூடுதல் செலவுதான். என்றாலும், அவருடைய திட்டங்களை எந்தப் பிசகும் இல்லாமல் நினைத்தபடி நிறைவேற்றிக்கொள்ள முடிந்தது. தவிர, அம்பானிக்கு இதனால் ஒரு கூடுதல் பெருமையும் உண்டு. எல்லா விஷயங்களிலும் அரசின் கருணைக்காகக் காத்துக்கொண்டிருக்காமல், தொழில் நிறுவனங்கள் தங்களுக்குத் தேவையானவற்றைத் தாங்களே நிறைவேற்றிக் கொள்வதால், அவர்களுக்கும் சில லாபங்கள் உண்டு. அவர்கள் தொழில் தொடங்கும் பகுதியும் இதனால் வளம்பெறும் என்று நிரூபித்து, இந்த விஷயத்தில் ஒரு முன்னோடி தொழிலதிபராகத் திகழ்ந்தார் அம்பானி.

இத் தத்துவத்தின் நீட்சியாகத்தான், நரோடாவில் தொடங்கி, பாதால்கங்கா, இப்போது ஹஜிரா, பின்னாள்களில் ஜாம்நகர் என்று, தன்னுடைய தொழிற்சாலைகள் அமைந்த ஒவ்வொரு ஊரையும் ரிலையன்ஸ் தனக்கே சொந்தமானது போல் தத்தெடுத்துக் கொண்டது. அந்த ஊர்களுக்குத் தேவையான பள்ளிகள், மருத்துவமனைகள், தண்ணீர், போக்குவரத்து வசதிகள் என்று அனைத்தையும், ரிலையன்ஸே செய்து கொடுத்தது.

இதனால், ரிலையன்ஸின் தொழிலாளர்கள் மட்டுமின்றி, எல்லோரும் பயன்பெற்றார்கள்.

ஹஜிரா ஆலை தொடங்கப்பட்டதன் முக்கிய நோக்கம், ரிலையன்ஸின் பாதால்கங்கா ஆலைக்குத் தேவைப்படுகிற பெட்ரோ கெமிக்கல் பொருள்கள் அனைத்தையும் தயாரித்துத்

தருவதுதான். அதுபோக மீதமிருப்பதை, மற்ற பிளாஸ்டிக் மற்றும் டெக்ஸ்டைல்ஸ் தொழிற்சாலைகளுக்கு விற்பனை செய்வதாக திட்டமிட்டிருந்தார் அம்பானி.

ஒரு வசதிக்காக, நாம் அதை 'ஹஜிரா ஆலை' என்று ஒருமையில் அழைக்கிறோம். ஆனால் உண்மையில் ஹஜிராவினுள் உலகத் தரத்தில் கட்டமைக்கப்பட்ட பல்வேறு சிறப்பான ஆலைகள் இருந்தன. அவற்றில் பாலிஎத்திலீன், பாலிப்ரொப்பலீன், PVC என்று செல்லமாக அழைக்கப்படுகிற பாலி வினைல் குளோரைட், PFY, PSF, PTA, பாலியஸ்டர் டெரெஃப்தலேட், மோனோ எத்திலீன் கிளைக்கால், இன்னும் பல வேதிப் பொருள்களை உற்பத்தி செய்யமுடியும். இந்த வகையில், உலகின் மிகப்பெரிய ஆலைகளுள் ஒன்றாக விளங்கியது ரிலையன்ஸின் ஹஜிரா ஆலை!

எப்போதும் போல், தனது ஹஜிரா ஆலையையும் பிரம்மாண்டமாக, எல்லோரும் ஆச்சரியப்படும் அளவுக்கு சிறப்பான தொழில்நுட்பத்துடன் கட்டமைத்துவிட்டார் அம்பானி. ஆனால், அந்த ஆலையின் உற்பத்திப் பொருள்கள் சந்தையைத் தொட்டபோது, ஏராளமான வேகத்தடைகளைச் சந்தித்தது ரிலையன்ஸ்.

உலக அளவிலேயே, பெட்ரோலியத் துறை கொஞ்சம் தளர்வடைந்திருந்த காலகட்டம் அது. ஆகவே, பெட்ரோ கெமிக்கல் பொருள்களின் விலை அநியாயமாகக் குறைந்து போயிருந்தது. போதாக்குறைக்கு, இந்தத் தொழிலிலேயே பழம் தின்று, கொட்டைபோட்டு, மரம் விளைவித்த உள்ளூர் 'பெரியண்ணன்' IPCL-லின் வலுவான போட்டியையும் ரிலையன்ஸ் எதிர்கொள்ள வேண்டியிருந்தது.

ஆனால், இப் பிரச்சினைகளையெல்லாம் திருபாய் அம்பானி பெரிதாகப் பொருட்படுத்தவில்லை. அடுத்த நான்கு அல்லது ஐந்து ஆண்டுகளுக்குள், பெட்ரோ கெமிக்கல் பொருள்களுக்கு ஏகப்பட்ட தேவை உண்டாகப்போகிறது என்று அவர் நிச்சயமாக நம்பினார். அப்போது அந்தத் தேவையைப் பூர்த்தி செய்ய முடியாமல் எல்லா நிறுவனங்களும் திணறித் தவிக்கப்போகிறது என்பது அவருடைய கணிப்பு.

இந்த எதிர்பார்ப்புடன்தான், அம்பானி தனது ஹஜிரா ஆலையில் பெரும் முதலீடு செய்து, அதனை மிகச் சிறப்பாக உருவாக்கிக்

கொண்டிருந்தார். இதற்காக, 1993ம் ஆண்டு 'ரிலையன்ஸ் பெட்ரோலியம் லிமிடெட்' நிறுவனத்தின் பங்குகள் வெளியிடப்பட்டு, அதே வேகத்தில் விற்றுத் தீர்ந்தன.

இந்த காலகட்டத்தில்தான், அம்பானியின் இன்னொரு கனவும் நிறைவேறியது. 1993ம் ஆண்டில் மட்டும், கிட்டத்தட்ட 4000 கோடி ரூபாய்களுக்கு மேல் வர்த்தகம் செய்திருந்த ரிலையன்ஸ் 'இந்தியாவின் மிகப்பெரிய தனியார் நிறுவனம்' என்ற பெருமையைப் பெற்றது!

தொடர்ந்து, 1995ம் ஆண்டு, ஆயிரம் கோடி ரூபாய்களுக்கு மேல் லாபம் சம்பாதித்தது ரிலையன்ஸ். அதுவரை இந்தியாவின் எந்த தனியார் நிறுவனமும், கற்பனையில்கூட எண்ணிப் பார்த்திராத சாதனை இது!

ஒவ்வொரு படியாக, நிதானமான வேகத்தில் நடைபெற்றுக் கொண்டிருந்த ஹஜிரா ஆலையின் கட்டமைப்புப் பணிகள், 1996-97-ல் நிறைவுபெற்றன. ஆசியாவின் மிகப்பெரிய வேதி ஆலை என்ற பெருமையுடன், கம்பீரமாக நிமிர்ந்து நின்ற ஹஜிரா ஆலையின் அப்போதைய மதிப்பு, சுமார் ஒன்பதாயிரம் கோடி!

ஐந்து ஆண்டுகளுக்குள், பெட்ரோ கெமிக்கல் பொருள்களின் தேவை அதிகரிக்கும் என்ற அம்பானியின் கணிப்பு, அப்படியே பலித்தது. அதே நேரத்தில் ஹஜிரா ஆலை தனது முழுத்திறனுடனும் உற்பத்தியைத் தொடங்கியதால் இந்த 'திடீர் தேவை'யின் எல்லாப் பலன்களையும் ரிலையன்ஸ் அள்ளிக்கொண்டது.

அம்பானியின் மற்ற முயற்சிகளோடு ஒப்பிடுகையில் பெட்ரோ கெமிக்கல் துறையில் அவருடைய வளர்ச்சி நிதானமாகத்தான் இருந்தது. ஆனால், இந்த முதல் வாய்ப்பைப் பயன்படுத்திக் கொண்டு ஒருமுறை நல்ல லாபம் பார்த்துவிட்டபிறகு, அந்தத் துறையின் முழுவீச்சையும் பயன்படுத்திக்கொண்டு அநாயாசமாக முன்னேற்றம் கண்டார் அம்பானி.

பெட்ரோலியத் தொழிலில் இறங்கிய ஐந்து ஆண்டுகளுக்குள், ரிலையன்ஸ், அனுபவம்மிக்க IPCL நிறுவனத்தை 'ஓவர்டேக்' செய்து, இந்தியாவின் நம்பர் 1 பெட்ரோ கெமிக்கல் நிறுவனம் என்று பெயர் வாங்கியது!

இதற்கே வாய் பிளந்தால் எப்படி? அடுத்த ஐந்து ஆண்டுகளில், தனது முக்கியப் போட்டியாளரான ஐ.பி.சி.எல்.

நிறுவனத்தையே வளைத்துப்போட்டு விட்டது ரிலையன்ஸ். 2002ம் ஆண்டு, IPCL-லின் 26 சதவீத பங்குகளை ரிலையன்ஸ் வாங்கிக்கொண்டதன் மூலம், அந்த அரசு நிறுவனத்தின் கால்வாசியும், முழு நிர்வாக உரிமையும் ரிலையன்ஸுக்குச் சொந்தமாகிவிட்டது! இதில் மற்றுமொரு விசேஷம் என்ன வென்றால் மத்திய அரசின் அமைச்சராக இந்த விற்பனையைச் செய்தவர் முன்னாள் இந்தியன் எக்ஸ்பிரஸ் எடிட்டராக இருந்த அருண் ஷோரி!

பெட்ரோ கெமிக்கல் துறையில், தன்னுடைய முத்திரையை அழுத்தமாகப் பதித்த கையோடு, தனது அடுத்த திட்டத்துக்குத் தயாரானார் அம்பானி. இந்தமுறை அவருடைய கனவு, உலகத் தரத்திலான ஓர் எண்ணெய் சுத்திகரிப்பு ஆலையை நிர்மாணிப்ப தாக இருந்தது!

இந்த திட்டத்துக்காக, குஜராத் மாநிலத்திலுள்ள ஜாம்நகர் என்ற இடம் தேர்ந்தெடுக்கப்பட்டது. வழக்கமான ‘அம்பானி பாணி’யின்படி, மிகப்பெரிய ஆலை, மிகப்பெரிய முதலீடு, உலகின் மிகச்சிறந்த வசதிகளும், தொழில்நுட்பங்களும்!

ஹஜிராவைப் போலவே, ஜாம்நகரிலும் எந்த அரசு உதவியையும் எதிர்பார்க்காமல், போக்குவரத்து மற்றும் மின்சார வசதிகளில் இருந்து, கடல் நீரைச் சுத்தம் செய்து ஆலைக்குப் பயன்படுத்தும் அமைப்புவரை எல்லாவற்றையும் ரிலையன்ஸே செய்து கொண்டது. மொத்தத்தில், இந்த ஆலைக்காக, ரிலையன்ஸ் நிறுவனம் 25,000 கோடி ரூபாயை முதலீடு செய்தது. இந்தியாவிலேயே, வேறு எந்தத் தொழிற்சாலையும், இத்தனை அதிக செலவில் உருவானதில்லை.

இத்தனை பணமா என்று நாம்தான் ஆச்சரியப்படுகிறோம். ஆனால் உண்மையில், உலக அளவில் இப்படிப்பட்ட எண்ணெய் சுத்திகரிப்பு ஆலைகளைக் கட்டமைக்க ஆகிற செலவோடு ஒப்பிடுகையில், அம்பானியும், அவருடைய மகன்களும் இந்த ஆலையை மிகவும் சிக்கனமாகக் கட்டி முடித்துவிட்டார்கள். அதுவும் மூன்றே ஆண்டுகளில் இது ஓர் உலக சாதனை !

31 சதுர கிலோ மீட்டர் பரப்பளவில் விரியும் ஜாம்நகர் ஆலையின் கட்டுமானப் பணிகள், 1997ல் தொடங்கி, 19992000 ஆண்டுகளில் முடிவடைந்தபோது, இந்தியாவின் மிகப் பெரிய எண்ணெய்

சுத்திகரிப்பு ஆலை என்ற பெருமை அதற்குக் கிடைத்தது. பெட்ரோலியத்துறை நிபுணர்கள், உலகின் தலை சிறந்த ஆலைகளில் ஒன்றாக இந்த ஜாம்நகர் ஆலையை மதிப்பிட்டனர்!

ஜாம்நகர் ஆலை தனது முழுத்திறனுடன் இயங்கத் தொடங்கிய பிறகு, ரிலையன்ஸின் நான்கு ஆலைகளுமே, அதன் ஒட்டுமொத்த வளர்ச்சிக்குப் பெரும் பங்காற்றத் தொடங்கின. தனது ஆடைத் தயாரிப்புகளுக்குத் தேவையான அனைத்து மூலப்பொருள் களையும், இந்த நான்கு ஆலைகளின் மூலம் ரிலையன்ஸே தயாரித்துக் கொண்டதால், உற்பத்திச் செலவு கணிசமாகக் குறைந்தது. தவிர, எல்லா நிலைகளிலும், உபயோகமாகிற மூலப் பொருள்களின் தரத்தை உறுதிசெய்துகொள்ள முடிந்ததால், ரிலையன்ஸ் ஆடைத் தயாரிப்புகளின் தரமும் கூடியது.

சுருக்கமாகச் சொல்வதானால், குறைந்த செலவில், தரமான ஆடைகள். எதற்காகவும் யாரையும் நம்பியிருக்க வேண்டிய தில்லை என்னும் தன்னிறைவு நிலை. இவற்றையெல்லாம் சாத்தியமாக்கியது, ஜாம்நகர் ஆலை.

ஆயில் ரிஃபைனரீஸ் எனப்படும் எண்ணெய் சுத்திகரிப்புத் துறையில், இந்தியாவின் மொத்தத் தேவையில் கால்பங்கை இந்த ஓர் ஆலையே பூர்த்தி செய்துவிடும் என்கிற அளவுக்கு மிகப்பெரியதாக, சிறந்ததாக உருவாகியிருந்த ரிலையன்ஸின் ஜாம்நகர் ஆலையால், இந்தத் துறையிலேயே ஒரு புத்துணர்ச்சி யும், மறுமலர்ச்சியும் பரவியது. ஒருகாலத்தில் ஏகப்பட்ட டீசலை இறக்குமதி செய்துகொண்டிருந்த இந்தியா, பிற நாடுகளுக்கு டீசல் ஏற்றுமதி செய்யும் அளவுக்கு உயர்ந்தது.

இந்தப் பாராட்டுகளையெல்லாம் தாண்டி, ஜாம்நகர் ஆலைக்கு இன்னொரு பெருமையும் உண்டு. ரிலையன்ஸின் வளர்ச்சியை முழுமை செய்த கடைக்குட்டி அதுதான். கச்சா எண்ணெயில் தொடங்கி, ஆடைத் தயாரிப்புவரை எல்லாவற்றிலும் ரிலையன்ஸ் தான் ராஜாதிராஜாவாக இருக்கவேண்டும் என்று திருபாய் அம்பானி ஆசைப்பட்டாரே, அந்தக் கனவை முற்றிலுமாக நிறைவேற்றியது ஜாம்நகர் ஆலையின் வெற்றிதான்!

இந்த நல்ல சந்தர்ப்பத்தில், அம்பானியின் பிஸினஸ் சாம்ராஜ் யத்தை ஒரு பருந்துப்பார்வை பார்த்துவிட்டால், நமக்கும் ஒரு மனநிறைவு கிடைக்கும்.

அம்பானியின் ‘புத்தம்புது’ ஜாம்நகர் ஆலையில், கச்சா எண்ணெய் சுத்திகரிப்பு நடந்துகொண்டிருக்கிறது. அங்கே தயாராகிற விளைபொருள்களைச் சுமந்துகொண்டு, நாம் நேராக ஹஜிராவுக்குச் செல்கிறோம். நாம் கொண்டுவந்தவற்றையே மூலப்பொருள்களாகப் பயன்படுத்தி, அங்கே பல பெட்ரோ கெமிக்கல் பொருள்கள் உற்பத்தியாகின்றன. அவற்றைத் தூக்கிக்கொண்டு, பாதால்கங்காவுக்குப் பயணம்.

அங்கே PSF, PFY என்னும் விநோதமான பெயர்களில் பாலியஸ்டருக்குத் தேவையான மூலப்பொருள்களையெல்லாம் செய்துகொண்டிருக்கிறார்கள். அதையெல்லாம் வாங்கிக் கொண்டு, அம்பானியின் முதல் ஆலையாகிய நரோடாவுக்குச் செல்கிறோம் நாம். அவர்கள் நம்மிடம் இருப்பதையெல்லாம் வாங்கிக்கொண்டு, அவற்றை பாலியஸ்டர் துணியாக நெய்து தருகிறார்கள். சந்தோஷமாக மேலே போர்த்திக்கொள்கிறோம்!

வெறுமனே இப்படி எழுதிப் படிப்பதற்குள், நமக்கு மூச்சு வாங்குகிறது. ஆனால், இவை அனைத்தும் ஒரு தனி மனிதரின் அயராத உழைப்பில் சாத்தியமாகியிருக்கிறது என்பதை யோசித்துப்பார்க்கும்போது, திருபாய் அம்பானியின் புகழ்பெற்ற வாசகம் ஒன்றுதான் நினைவுக்கு வருகிறது:

‘‘தளராத மனஉறுதியுடனும் திறமையுடனும் உங்கள் பணியை தொடர்ந்து செய்யுங்கள். வெற்றி, தானாகவே உங்களைத் தேடி வரும்!’’

பதினொன்று

பதினேழு வயதுச் சிறுவன் அம்பானியை வரவேற்று, வேலை கொடுத்து, ஆதரித்து வளர்த்தது ஏடன் துறைமுகம். அங்கிருந்து அவர் தாயகம் திரும்பி, அரை நூற்றாண்டு காலத்துக்குப்பின், இன்னோர் 'ஏடன்', அவருடைய ரிலையன்ஸ் நிறுவனத்துக்கு உலகப்புகழ் பெற்றுத் தந்தது.

ஏடனிலிருந்து இந்தியாவுக்குத் திரும்பிய பிறகு, 1959ல் சம்பக் லால் தமானியுடன் இணைந்து அம்பானி தொடங்கிய நிறுவனம் 'ரிலையன்ஸ் கமர்ஷியல் கார்ப்பரேஷன்' என்று சம்பிரதாயமாக அழைக்கப்பட்டது. அதாவது, ரிலையன்ஸ் வர்த்தக நிறுவனம்.

தன்னுடைய நிறுவனத்தின் பெயருக்குத் தகுந்தாற்போல் சமர்த்தாக வர்த்தகம் மட்டும் செய்துகொண்டிருந்த அம்பானி, 1966ல் தனக்கென்று தனி நூற்பாலை அமைத்து, ஆடை உற்பத்தியிலும் இறங்கினார். அப்போதிலிருந்து, அவருடைய நிறுவனங்கள், தொழில்துறையைக் குறிக்கும் வண்ணமாக 'ரிலையன்ஸ் இண்டஸ்ட்ரீஸ் லிமிடெட்' என்று நீட்டி முழக்கியும் RIL என்று செல்லமாகவும் அழைக்கப்பட்டன.

பின்னர், 1991ல் ஹஜிரா ஆலையின் மூலம், அவர் பெட்ரோலியத் துறையில் குதித்தார். அப்போது அவர் தொடங்கியது RIL-ன் சகோதர அமைப்பான RPL-ரிலையன்ஸ் பெட்ரோலியம் லிமிடெட்.

அதன்பின் RIL மற்றும் RPL என்ற இந்த இரு நிறுவனங்களும் தத்தம் துறைகளில் நல்ல லாபத்துடன் வளர்ந்து கொண்டிருந்தன. RPL-லின் தயாரிப்புகள்தான் RIL-லுக்கு முக்கியமான மூலப்பொருள்கள் என்பதால், வர்த்தக ரீதியில் இவற்றி

னிடையே நல்ல உறவு இருந்து வந்தது. பங்கு மார்க்கெட்டிலும், இவை தனித்தனியாகவே இயங்கி வந்தன.

2001ம் ஆண்டுக்குள், RIL, RPL ஆகிய இரண்டுமே, தம் அளவில் சிறந்த தனியார் அமைப்புகளாக வளர்ந்துவிட்டன. அப்போதுதான், உடன்பிறவா சகோதரிகளான இந்த இரண்டை யும் ஒன்றாக இணைத்தால், ஒரு மிகப்பெரிய நிறுவனத்தை உண்டாக்கலாமே என்று யோசித்தார் அம்பானி!

இந்த 'மெகா' திட்டத்துக்கு அவர் தேர்ந்தெடுத்த சங்கேதப் பெயர்: ஏடன் Project Aden!

'ஏடன்' திட்டத்தின் முதல்படியாக இப்படி ஓர் இணைப்பு தேவைப்படுவது ஏன் என்பதை ரிலையன்ஸின் முதலீட்டாளர் களுக்கும் தொழிலாளர்களுக்கும் விளக்கமாக எடுத்துச் சொல்லி அவர்களை சம்மதிக்கச் செய்கிற பெரிய பொறுப்பு இருந்தது. ஏனெனில், இந்த இரு நிறுவனங்களுமே, தனிநபர் சொத்து இல்லை. பங்கு மார்க்கெட்டின் வாயிலாக லட்சக்கணக்கான மக்கள் இவற்றில் முதலீடு செய்திருக்கிறார்கள். அந்தக் குட்டி முதலாளி'களில் பெரும்பான்மையினர் ஒப்புக் கொண்டால் தான், ரிலையன்ஸ்கள் இரண்டும் ஒன்றிணைய முடியும்!

ஆனால் இதில் பெரிய பிரச்சினை எதுவும் இருக்கவில்லை. 'கூடி வாழ்ந்தால், கோடி கோடியாக நன்மை' என்கிற ஒரு தத்துவமே போதுமானதாயிருந்தது. வெற்றிகரமான இந்த இரு நிறுவனங் களும் ஒன்றாக இணைவதால், பொருளாதார ரீதியில் ரிலையன் ஸுக்கும், அதன் முதலீட்டாளர்களுக்கும் ஏற்படக்கூடிய லாபங் களைப் பற்றி விளக்கமான அறிக்கைகள் வெளியிடப்பட்டன. எப்போதும்போல், ரிலையன்ஸின் பங்குதாரர்கள் அம்பானியின் இந்த முடிவை முழுமனதுடன் வரவேற்றார்கள்.

2002ம் ஆண்டு, RIL, RPL நிறுவனங்கள் ஒன்றாக இணைந்து 'ரிலையன்ஸ்' எனும் பொதுவான பெயர் பெற்றன. இந்தியத் தொழில் உலகின் மிகப்பெரிய இணைப்புகளில் ஒன்றாக இது கொண்டாடப்பட்டது. ரிலையன்ஸுக்கும் அம்பானிக்கும் பாராட்டுகள் குவிந்தன. உள்ளூரிலும் உலகஅளவிலும்!

ஏற்கெனவே இந்தியாவின் மிகப்பெரிய தனியார் அமைப்பாகப் புகழ்பெற்றிருந்த ரிலையன்ஸ் இந்த இணைப்புக்குப்பின் இன்னும் பெரியதாகிவிட்டது. இந்தப் புதிய நிறுவனத்திடம்

கிட்டத்தட்ட அறுபதாயிரம் கோடி ரூபாய் மதிப்பிலான சொத்துகள் இருந்தன. முப்பத்தைந்து லட்சம் இந்தியர்கள் இதன் முதலீட்டாளர்களாக இருந்தார்கள் உலகின் மூன்றாவது மிகப்பெரிய முதலீட்டாளர் குடும்பம்!

ஃபார்ச்சூன் (Fortune) என்ற ஆங்கில பிஸினஸ் இதழ், ஒவ்வோர் ஆண்டும் எல்லாத் துறைகளிலும் உலகின் மிகச்சிறந்த 500 நிறுவனங்களைத் தேர்ந்தெடுத்து வெளியிடும், 'ஃபார்ச்சூன் 500' என்ற இந்தப் பட்டியல் தொழில்துறையில் உள்ளவர்களிடையே மிகப்பிரபலம். ஏனெனில், அந்தப் பட்டியலில் இடம்பெறுவது சாதாரண விஷயமில்லை. எல்லா வகைகளிலும் சிறந்து விளங்கி, நல்ல லாபம் சம்பாதித்து, வருங்காலத்துக்குத் தேவையான திட்டங்களையும் இப்போதே கைவசம் வைத்திருக்கும் 'அதிபுத்திசாலி' நிறுவனங்கள்தான் ஃபார்ச்சூனின் இந்தக் கருணைப் பார்வையைப் பெறமுடியும்!

இந்தக் காரணத்தால், அந்தப் பட்டியலில் இடம்பெற்ற நிறுவனங்கள், தங்களைப் பெருமையுடன் 'ஃபார்ச்சூன் 500 கம்பெனி' என்று நெஞ்சு நிமிர்த்தி சொல்லிக்கொள்வது உண்டு. பெரும் கௌரவமான இந்தப் பட்டியலில், 2002-ம் ஆண்டுவரை எந்த இந்தியத் தனியார் நிறுவனமும் இடம்பெற்றதில்லை.

இந்த நிலையில் ஃபார்ச்சூன் இதழ் வெளியிட்ட 2002ம் ஆண்டின் பட்டியலில், 412வது இடத்தைப் பிடித்தது ஒருங்கிணைந்த ரிலையன்ஸ். இதன்மூலம் 'இந்தியாவின் முதல் ஃபார்ச்சூன் 500 தனியார் நிறுவனம்' என்ற பெருமை ரிலையன்ஸுக்குக் கிடைத்தது!

ரிலையன்ஸுக்கு இப்படியொரு மகா கௌரவம் கிடைத்த அதே நேரத்தில், அதன் நிறுவனரான அம்பானிக்கும் பாராட்டு மழையும் விருதுகளும் குவிந்தன. இருபதாம் நூற்றாண்டின் மிகச்சிறந்த இந்தியத் தொழிலதிபர் என்று பத்திரிகைகளும் தொழில் அமைப்புகளும் அவரைப் போற்றிப் புகழ்ந்தன.

சந்தேகமாயிருந்தால் தொண்ணூறுகளிலும், அதற்குப் பின்னும் அம்பானிக்குக் கிடைத்த முக்கியமான விருதுகளின் சுருக்கமான பட்டியலைப் பாருங்கள்.

❖ இந்தியாவில் ரசாயனத் தொழில்துறையின் வளர்ச்சிக்கு அவர் ஆற்றிய பணிகளைப் பாராட்டி, கெம்டெக் நிறுவனம்

வழங்கிய 'நூற்றாண்டின் சிறந்த மனிதர்' விருது (நவம்பர் 2000).

- ❖ FICCI (Federation of Indian Chambers of Commerce and Industries) என்ற வர்த்தக அமைப்பு வழங்கிய 'இருபதாம் நூற்றாண்டின் சிறந்த இந்தியத் தொழில் முனைவர்' விருது (மார்ச் 2000 அப்போதைய அமெரிக்க ஜனாதிபதி பில் கிளின்டனால் வழங்கப்பட்டது).
- ❖ இந்திய மனிதவள மேம்பாட்டு அமைப்பு (HRD காங்கிரஸ்) வழங்கிய 'வாழ்நாள் சாதனையாளர் விருது' (பிப்ரவரி 2002).
- ❖ மும்பை நகரின் வளர்ச்சிக்கு அம்பானியின் சேவைகளைப் பாராட்டி மும்பை பெருநகர கார்ப்பரேஷன் விருதும் பட்டயமும் வழங்கியது (டிசம்பர் 2000).
- ❖ இந்தியாவில் தனியார் நிறுவனங்களின் வளர்ச்சிக்கும், ஒட்டுமொத்தத் தொழில் மேம்பாட்டிற்கும் அவருடைய பங்களிப்பைப் பாராட்டி எகனாமிக் டைம்ஸ் இதழ் வழங்கிய 'வாழ்நாள் சாதனையாளர்' விருது (ஆகஸ்ட் 2001. தனக்குக் கிடைத்த இவ்விருதை ஒட்டுமொத்த ரிலையன்ஸ் குடும்பத்துக்கும் சமர்ப்பணம் செய்தார் அம்பானி).
- ❖ தொழில் மற்றும் முதலீட்டுத் துறையில் அம்பானியின் சாதனைகளைப் பாராட்டி இந்திய வர்த்தகர்கள் சங்கம் (Indian Merchants Chamber) வழங்கிய, 'இருபதாம் நூற்றாண்டின் சிறந்த தொலைநோக்காளர்' (Outstanding Visionary) விருது (டிசம்பர் 1999).
- ❖ பிஸினஸ் பேரன்ஸ் இதழ் நடத்திய 'இருபதாம் நூற்றாண்டின் சிறந்த இந்தியத் தொழிலதிபர்கள்' இணையத் தேர்தலில் முதல் இடம் (ஆகஸ்ட்அக்டோபர் 1999).
- ❖ டைம்ஸ் ஆஃப் இந்தியா நாளிதழ் நடத்திய இணையத் தேர்தலில் தொழில்துறைப் பிரிவில் 'இருபதாம் நூற்றாண்டின் சிறந்த இந்தியர்' என்ற கௌரவம் (ஜனவரி 2000 மற்ற துறைகளில் இந்த விருதைப் பெற்றவர்கள்: 'பெருந்தலைவர்கள் மற்றும் அரசியல்வாதிகள்' என்ற பிரிவில் மகாத்மா காந்தி, 'ஆன்மிகச் சிந்தனையாளர்கள்' பிரிவில் சுவாமி விவேகானந்தர், 'கலைத்துறைச் சாதனையாளர்கள்' பிரிவில் லதா மங்கேஷ்கர்).

❖ வளரும் தொழிலதிபர்களுக்கு சிறந்த உதாரணமாக விளங்கும் அம்பானியின் தலைமைப் பண்பைப் பாராட்டி, புகழ்பெற்ற பென்சில்வேனியா பல்கலைக்கழகத்தின் வார்ட்டன் நிர்வாகவியல் கல்லூரி வழங்கிய சிறப்புப் பதக்கம் (ஜூன் 1998 இப் பதக்கத்தைப் பெற்ற முதல் இந்தியர் அம்பானி!).

❖ ஆடைத் தயாரிப்பில் அவர் செய்த புதுமைகளுக்காகவும், அந்தத் தொழிலில் எல்லோருக்கும் ஆர்வம் உண்டாக்கி யதற்காகவும் இங்கிலாந்தைச் சேர்ந்த 'டெக்ஸ்டைல்ஸ் இன்ஸ்டிடியூட்' வழங்கிய கௌரவ உறுப்பினர் பதவி (1994).

❖ ஆசியா வீக் இதழ் வெளியிடும் 'ஆசியாவின் ஐம்பது பெரும்புள்ளிகள்' பட்டியலில் மூன்றுமுறை தேர்ந் தெடுக்கப்பட்டார் அம்பானி (2000, 1998, 1996).

❖ ஜீ டிவியும் Ernst & Young நிறுவனமும் இணைந்து நடத்திய வாக்கெடுப்பில் வணிகம் மற்றும் பொருளாதாரப் பிரிவில், மிகவும் மதிக்கப்படும் இந்தியராகத் தேர்வானார் (ஜனவரி 2000).

❖ 'இருபதாம் நூற்றாண்டு இந்தியாவைச் செதுக்கிய நூறு பேர்' என்ற தலைப்பில் இந்தியா டுடே வார இதழ் வெளியிட்ட சிறப்புப் பட்டியலில் 'இந்தியாவின் பங்கு மார்க்கெட்டை நவீனப்படுத்தியவர்' என்ற குறிப்புடன் சிறப்பிடம் பெற்றார் அம்பானி (ஜனவரி 2000).

❖ ஆசியா வீக் இதழ் வெளியிட்ட 'சிறந்த தொழிலதிபர்கள்' பட்டியலில் இடம்பெற்ற ஒரே இந்தியர் (அக்டோபர் 1998).

❖ அமெரிக்காவின் பிஸினஸ் வீக் இதழ் வழங்கிய 'ஆசியா வின் நம்பிக்கை நட்சத்திரம்' என்ற கௌரவம் (ஜூன் 1998).

முன்பே குறிப்பிட்டதுபோல், இது சுருக்கமான பட்டியல்தான். இப்படி இன்னும் எண்ணற்ற விருதுகளையும் பாராட்டுகளையும் வாங்கிக் குவித்திருக்கிறார் அம்பானி!

இந்த விருதுகளையெல்லாம்விட பெரியதாக அம்பானி நினைத் தது அவருடைய வெற்றியால், சாதனைகளால் ஈர்க்கப்பட்டு அவரையே தங்களின் முன்னோடியாகக் கொண்டு சுயதொழிலில் முனைப்புடன் ஈடுபடுகிற இந்திய இளைஞர்களைத்தான். அந்த

விதத்தில் ஒரு தலைமுறைக்கே மானசீககுருவாக விளங்குகிறார் அம்பானி!

இன்றைக்கும்கூட புதிதாகத் தொழில் தொடங்குகிற ஒவ்வொரு இந்தியனின் லட்சிய பிம்பமும் ''அம்பானி போல் பெரிதாக, மிகப்பெரிதாக சாதிக்கவேண்டும். வெற்றியடைய வேண்டும்'' என்கிற கனவாகத்தான் இருக்கும்!

அம்பானி விரும்பியதும் அதுதான். ஏனெனில், தொழில்துறை முன்னேற்றம்தான் ஒரு நாட்டின் வளர்ச்சிக்கு முதுகெலும்பாக அமையும் என்று உறுதியாக எண்ணியவர் அவர். ''இதுபோன்ற துடிப்பான இளைஞர்கள்தான் இந்தியாவுக்கு நிறைய தேவைப் படுகிறார்கள்'' என்று அவர் அடிக்கடி சொல்வதுண்டு. உலக அரங்கில் நம் நாடு ஒரு பொருளாதார வல்லரசாக மலர்வது, இந்த இளைஞர்களின் உழைப்பில்தான் இருக்கிறது என்பது அவருடைய நம்பிக்கையும் ஆசையும்!

''என் ஒருவனால் நம் நாட்டின் தொழில்துறைக்கு இத்தனை செய்ய முடிந்திருக்கிறது என்றால், என்னைப்போல இன்னும் ஆயிரம் அம்பானிகள் கிடைத்துவிட்டால், இந்தியாவின் தொழில்வளம் எப்படி இருக்கும் என்று யோசித்துப் பாருங்கள்!'' ஒரு பத்திரிகை பேட்டியின்போது இப்படிக் குறிப்பிட்ட அம்பானி, நம் தேசத்தில் ஆயிரம் அம்பானிகளைக் கண்டுபிடிப் பது அப்படியொன்றும் கஷ்டமான காரியமில்லை என்றார்.

''பல்லாயிரக்கணக்கான இந்திய இளைஞர்கள், பெரிய கனவுகளோடும் உயர்ந்த லட்சியங்களோடும் காத்திருக்கிறார் கள். அவர்கள் எல்லோருக்கும் நல்ல வாய்ப்புகள் கிடைத்து, அவர்களும் தங்கள் தொழிலில் உற்சாகத்துடன் ஈடுபட்டு உழைத்து, வெற்றியடைவார்களானால், சீக்கிரத்திலேயே இந்தியத் தொழில்துறை மற்ற உலக நாடுகளுக்கு இணையாக வளர்ந்துவிடும்'' என்பது அம்பானியின் இந்தியக் கனவு!

தன்னுடைய மற்ற எல்லாக் கனவுகளையும், தனது சொந்த முயற்சியாலேயே நிறைவேற்றிக்கொண்டுவிட்டார் அம்பானி. அவரது இந்த ஒரு கனவை மட்டும், நாமெல்லாம் சேர்ந்துதான் நனவாக்கவேண்டும்!

அப்போதுதான் மேலே சொல்லியிருக்கும் 'அம்பானியின் சாதனைப் பட்டியல்' முழுமையடையும்!

பன்னிரண்டு

சுதந்திர இந்தியாவின் மிக முக்கியமான சாதனையாளர்களுள் ஒருவராக மதிக்கப்படுகிறவர் திருபாய் அம்பானி. கடந்த நாற்பது ஆண்டுகளில் நம் நாட்டின் தொழில்துறை அடைந் திருக்கும் வளர்ச்சிக்கு, அம்பானியும் அவருடைய புதுமையான முயற்சிகளும்தான் முதுகெலும்பாக அமைந்தன. கச்சாமுச்சா வென்று நடந்துகொண்டிருந்த இந்தியாவின் பங்கு மார்க் கெட்டை ஒழுங்கு செய்து, நவீனப்படுத்தியவர் என்ற பெருமையும் அவருக்கு உண்டு!

ரிலையன்ஸ் என்ற நிறுவனத்தை பூஜ்ஜியத்திலிருந்து தொடங்கி, தன்னுடைய தளர்ச்சியில்லாத உழைப்பின் மூலம், பல தலைமுறை களாக நடந்துகொண்டிருக்கும் தொழில் நிறுவனங்கள்கூட நினைத்துப் பார்க்கமுடியாத வெற்றியை, வெறும் இருபத்தைந்து ஆண்டுகளுக்குள் நிகழ்த்திக் காட்டியவர் அம்பானி. அவருடைய இந்த சாதனையை, யாராலும் மறுக்கமுடியாது. ஆகவேதான், அம்பானியின் விரோதிகள்கூட, அவரை மதிக்கிறார்கள்.

'அம்பானி ஓர் உதாரண மனிதர்' என்று குறிப்பிடும் முன்னாள் இந்திய குடியரசுத் தலைவர் திரு. கே.ஆர்.நாராயணன், ''அவ ருடைய வாழ்க்கையை நாம் எல்லோரும் ஆழ்ந்து படிக்க வேண்டும்'' என்கிறார்.

ஏன் படிக்கவேண்டும்? அம்பானியின் சாதனை வாழ்க்கையைக் கூர்ந்து கவனிக்கிறபோதுதான் அங்கங்கே சிறு வர்ணத்தெறிப்பு களாக அவருடைய 'வெற்றி ஃபார்முலா' காணக் கிடைக்கிறது.

எல்லோரும்தான் தொழில்துறையில் ஈடுபடுகிறார்கள். ஆனால், அம்பானியால் மட்டும் இத்தனை பெரிய வெற்றிகளை அடைய முடிந்திருக்கிறது என்றால், அதென்ன மாயமந்திரம்?

மந்திரமும் இல்லை, மாயமும் இல்லை. சில எளிமையான வழிமுறைகள்தான். அவற்றை ஒழுங்காக மதித்துப் பின்பற்றினால், நீங்களும், நானும்கூட, ஒரு ‘குட்டி’ அம்பானியாக ஆகிவிடமுடியும்!

இந்த வழிமுறைகளையெல்லாம் நீங்கள் எந்த பிஸினஸ் புத்தகங்களிலும் பார்க்கமுடியாது. ஆனால், இவை ஒவ்வொன்றும், நிரூபிக்கப்பட்ட வெற்றிமுறைகள். இவற்றை உணர்ந்து பின்பற்றிய மனிதர்தான், இந்தியாவின் மிகப்பெரிய தனியார் நிறுவனத்தை உருவாக்கியிருக்கிறார்.

❖ நீங்கள் வறுமை நிலையில் இருப்பீர்களானால், அதைப்பற்றி மேலும் புலம்பிக்கொண்டிராமல், சீக்கிரத்தில் அதிலிருந்து வெளியேறும் வழியைப் பாருங்கள். அதன்பின் அது உங்களுக்கு ஒரு தடையாக இருக்காது.

அம்பானி ஓர் ஏழைக் குடும்பத்தில் பிறந்தவர். அதிகம் படிக்காதவர். ஆனால், நல்லவேளையாக, இந்த விஷயங்களெல்லாம் அவருக்குள் எந்தத் தாழ்வுமனப்பான்மையையும் உருவாக்கவில்லை. அவருடைய முன்னேற்றத்தைத் தடைசெய்யவில்லை. மாறாக, அந்த வறுமை நிலையில் அவர் அனுபவித்த கஷ்டங்கள்தான் அவருக்குள் ‘நிறைய சம்பாதிக்க வேண்டும்’ என்கிற முனைப்பை உண்டாக்கி, அவரை மேம்படுத்தியது.

❖ நாம் ஈடுபடுகிற துறை எதுவானாலும், அதில் மற்றவர்களைவிட அதிகமான, முழுமையான ஞானம் கொண்டவர்களாக நம்மை உருவாக்கிக்கொள்ளவேண்டும்.

எந்த முன் அனுபவமும் இல்லாமல், துணி வியாபாரத்தில் இறங்கியவர் அம்பானி. ஆனால், கொஞ்ச காலத்துக்குள், ஆடைத் தயாரிப்பு பற்றிய ஏராளமான புத்தகங்களை வாசித்தும், பலவிதமான வியாபாரிகளுடன் கலந்து பேசிப் பழகியும், பல்வேறு துணிவகைகளை, அவற்றுக்கிடையிலான வேறுபாடுகளையெல்லாம் ஆராய்ந்து அறிந்தும், இந்தத் துறை பற்றிய தன்னுடைய அறிவைப் பெருக்கிக்கொண்டுவிட்டார் அவர்.

அதன்பின், ஒரு நூலிழையைத் தன் காதுக்குப் பக்கத்தில் வைத்துச் சொடுக்கி, அதிலிருந்து எழுகிற சப்தத்தை வைத்தே, அது தரமானதா, இல்லையா என்று அவரால் சொல்லிவிட முடிந்தது என்றால், பார்த்துக் கொள்ளுங்கள்!

❖ நீங்கள் நேரடியாக சம்பந்தப்பட்ட விஷயங்களில் மட்டும் கவனம் செலுத்திக்கொண்டிருக்காமல், உங்களைச் சுற்றி என்ன நடக்கிறது என்பதையும் உன்னிப்பாக கவனித்துக்கொள்ளுங்கள்!

இந்தியா வந்திருந்த அமெரிக்க தலைவர் டாக்டர். ஹென்றி கிஸ்ஸிங்கர், அம்பானியை சந்தித்துப் பேசிய பிறகு, உலக வர்த்தகம் பற்றிய அம்பானியின் ஞானத்தைப் பெரிதும் புகழ்ந்தார்!.

அவர் மட்டுமில்லை, அம்பானியுடன் பழகிய ஒவ்வொருவரும், அவருடைய உலக ஞானத்தை வியக்கிறார்கள். அந்தந்தக் கால கட்டத்தில், இந்தியாவிலும் உலக அளவிலும் தொழில்துறை யில் ஏற்பட்டிருக்கும் மாற்றங்கள், அறிமுகங்கள், புதிய தொழில்நுட்பங்கள், பொருளாதாரப் பிரச்சினைகள் என்று அத்தனையையும், விரல் நுனியில் வைத்திருப்பாராம் அம்பானி!

தனது இந்தத் தகவல் களஞ்சியத்தின் உதவியுடன்தான், புதுப்புது வாய்ப்புகள் தென்படும்போதெல்லாம், அவற்றைச் சட்டென்று பயன்படுத்திக்கொண்டார் அம்பானி.

❖ ஒரு புதிய விஷயத்தில் ஈடுபடுவதற்கு, உற்சாகமான மனதும் தைரியமும் வேண்டும். அதனால் சில சௌகரியங்களை இழக்க நேர்ந்தால், அதை ஏற்றுக்கொள்கிற மனஉறுதியும் மிக அவசியம்.

ஏடனில் நிலையான வேலை, நல்ல சம்பளம் என்று நிம்மதியாகக் குடும்பம் நடத்திக்கொண்டிருந்தார் அம்பானி. இந்தியாவுக்குத் திரும்பி, தனது வாழ்நாள் சேமிப்பை மொத்தமாக முதலீடு செய்து, முன்பின் பழக்கமில்லாத ஒரு தொழிலைத் தொடங்கி, தட்டுத் தடுமாறவேண்டும் என்று அவரைத் தூண்டியது எது? எந்த வசதிகளும் இல்லாத சின்னஞ்சிறு வீட்டில், மூன்று பேர் தங்கக்கூடிய இடத்தில், ஏழு பேர் தங்கிக்கொண்டு, அவரது குடும்பம் முழுக்க கஷ்டப்படுகிற சூழ்நிலையை, அவர் எப்படி தாங்கிக்கொண்டார்?

இவை அனைத்துக்கும் ஒரே பதில்: அவருடைய மனஉறுதிதான். தனது லட்சியங்களை நோக்கிய பயணத்தில், அவர் சந்தித்த எந்தச் சிரமமும் அவருக்குப் பெரிதாகத் தோன்றவில்லை! தொழில்துறையில் ஈடுபடுகிறவர்களுக்கு, இந்தத் துணிச்சலும், உறுதியும் முக்கியமான தேவைகள்!

❖ 'பெரிதினும், பெரிது கேள்' என்று புதிய ஆத்திச்சூடியில் பாரதி சொன்னதுபோல் எதையும் பெரிதாக, மிகப்பெரிதாகச் செய்யவேண்டும்!

அம்பானியின் ஒவ்வொரு தொழிற்சாலையும், அதே துறை யிலிருக்கிற மற்ற ஆலைகளோடு ஒப்பிடுகையில், மிகமிகப் பெரியவை. இப்படிப் பெரிய அளவில் தனது உற்பத்தியை திட்டமிட்டதால்தான், அவரால் ஒட்டுமொத்த செலவைக் குறைத்து, தன்னுடைய தயாரிப்புகளைக் குறைந்த விலையில் விற்கமுடிந்தது. அதேசமயம், இப்படிப்பட்ட பெரிய முயற்சிகள், நாட்டின் தொழில் வளர்ச்சிக்கும் பயன்பட்டன.

உதாரணமாக, பாலியெஸ்டர் உற்பத்தியில் அம்பானி இறங்கிய போது, அதற்கான தனது ஆலையை, வருடத்துக்குப் பத்தாயிரம் டன் உற்பத்தி செய்யும் விதத்தில் பெரிதாகக் கட்டமைத்தார். அதே ஆலையை, பதினைந்தாயிரம் டன் வரை விரிவு படுத்துவதற்கான வசதிகளும் செய்யப்பட்டிருந்தன. இதில் கவனிக்கவேண்டிய விஷயம் என்னவென்றால், அப்போது இந்தியாவின் ஒட்டுமொத்த பாலியெஸ்டர் விற்பனையே, வருடத்துக்கு ஆறாயிரம் டன்தான்!

❖ 'நம்மால் முடியாது' என்று எதையும் நினைக்காமல், எல்லாவற்றையும் முயன்று பார்க்கவேண்டும்!

வியாபாரி என்ற நிலையிலிருந்து தொழிலதிபர் என்ற நிலைக்கு அம்பானியை உயர்த்தியதே இந்த தன்னம்பிக்கைதான். 1965-ம் ஆண்டு அம்பானியின் அப்போதைய பங்குதாரர் சம்பக்லால் தமானி, அவர் ஆடை உற்பத்தியில் இறங்க நினைப்பதைக் கடுமையாக எதிர்த்தார். ''நம்மால் முடியாது, எதற்கு வீண் வம்பு?'' என்று அவர் மறுத்ததையெல்லாம் பொருட்படுத் தாமல், நம்பிக்கையுடன் தனது நூற்பாலையை அமைத்தார் அம்பானி. அதன்பின் நடந்ததெல்லாம், நாடறியும்.

இதேபோல், தனது எண்ணெய் சுத்திகரிப்பு ஆலைக்காக, அவர் ஜாம்நகரை தேர்ந்தெடுத்தபோது. அந்த இடம் சரிப்படுமா என்று ஆய்வு செய்வதற்காக, ஒரு தனியார் ஆலோசனை நிறுவனத்தை அணுகினார் அம்பானி. அவர்கள் ஜாம்நகரை சுற்றிப் பார்த்துவிட்டு, ''இங்கே ஒரு ஆலை தொடங்கி, நடத்துவதற்கான எந்த வசதிகளும் இல்லை. தேறாது'' என்று அறிக்கை தந்தனர்.

ஆனால், அவர்களுடைய அறிக்கையைக் காட்டிலும், தன்னுடைய உள்ளுணர்வை அதிகம் நம்பினார் அம்பானி. 'முடியாது' என்று அவர்கள் சொல்வதை, முடித்துக் காட்டவேண்டும் என்கிற உந்துதலும் அவருக்குள் உண்டானதால், பல அசௌகரியங்களுக்கு மத்தியிலும், ஜாம்நகரில் ஆலைப் பணிகள் தொடர்ந்தன. இன்று, அம்பானியின் தன்னம்பிக்கைக்கு சாட்சியாக, உலகின் மிகப்பெரிய எண்ணெய் சுத்திகரிப்பு ஆலைகளில் ஒன்றாக, ஜாம்நகர் ரிலையன்ஸ் ஆலை விளங்குகிறது!

❖ நீங்கள் இந்தியாவில் தொழில் செய்ய விரும்பினால், பாடப் புத்தகங்களில் படித்த மேலாண்மைத் தத்துவங்களெல்லாம் உதவாது. இங்கே விதிமுறைகள் வேறு, அவற்றுக்கேற்ப உங்களை வளைத்துக்கொண்டு பணியாற்றவேண்டும்.

வெளிநாட்டில் எம்.பி.ஏ. படித்துவிட்டு, இந்தியாவில் தொழில் தொடங்குகிறவர்களுக்கு அம்பானியின் முக்கியமான அறிவுரை இது. நீங்கள் பாடப் புத்தகங்களில் படித்ததையெல்லாம் மறந்துவிடுங்கள். இங்கே தொழில் செய்வதற்கான விதிமுறைகள் வேறு, உத்திகள் வேறு, அவற்றை கற்றுக்கொண்டு, அதற்கேற்ப செயல்படுங்கள்.

'லைசன்ஸ் ராஜ்' காலத்தின் கடினமான கட்டுப்பாடுகளுக்கிடையிலும், ரிலையன்ஸ் நிறுவனம் சிறப்பாக வளர்ந்தது. இப்போது, அதற்கு நேரெதிராக தாராளமயமாக்கப்பட்ட தொழில்துறையிலும் அதன் வெற்றி தொடர்கிறது. இதற்கு முக்கியமான காரணம், இந்தியத் தொழில் சந்தையை அம்பானி சிறப்பாகப் புரிந்துகொண்டு, காலத்துக்கேற்ற மாற்றங்களுடன் தனது நிறுவனத்தை வழிநடத்தியதுதான்.

❖ நம்முடைய பார்வையில் தொலைநோக்கு வேண்டும். இப்போதே, எதிர்காலத்துக்காகவும் சேர்த்து சிந்திக்கவேண்டும்!

அம்பானியின் புகழ்பெற்ற 'பின்னிணைப்பு' (Backward Integration) கொள்கையை இதற்கான உதாரணமாகச் சொல்லலாம். ஆடைத் தயாரிப்பில் மும்முரமாக ஈடுபட்டு லாபம் ஈட்டிக்கொண்டிருந்த போதே, ''அதற்கான மூலப்பொருள்களையும் நாமே தயாரித்தால் என்ன?'' என்று அவரால் சிந்திக்க முடிந்தது. பெட்ரோகெமிக்கல் துறையில் தொழில் பழகிக்கொண்டே தனக்கான எண்ணெய் சுத்திகரிப்பு ஆலையைக் கற்பனை செய்யமுடிந்தது.

இப்படி எல்லா கட்டங்களிலும், அவருடைய தொலைநோக்குப் பார்வைதான் அவரை அதீத உயரங்களுக்குக் கொண்டு சென்றது.

❖ லட்சியங்களைக் குறித்து கனவு காணவேண்டும். சாதாரண கனவுகளில்லை, பெரிய கனவுகள், மிகப்பெரிய கனவுகள்! நம் இந்தியக் குடியரசுத் தலைவர் அ.ப.ஜெ.அப்துல் கலாம் சொல்வதுபோல், 'கனவு காணுங்கள்' என்பதையே தன் வாழ்க்கையின் செய்தியாகத் தந்தவர் அம்பானி. கனவு காண்பவர்களால்தான் அதைச் செய்து முடிக்கமுடியும் என்று நம்பினார் அவர்!

கேட்பதற்கு வேடிக்கையாக இருந்தாலும், இதில் ஒரு மிகப் பெரிய உண்மை இருக்கிறது. ''நான் ஒரு சிறந்த பாடகனாக வர வேண்டும்'' என்று கற்பனை செய்துபார்ப்பதற்கே ஒருவருக்குத் தயக்கமாக இருக்குமானால் அவருக்கே தன் மீது நம்பிக்கை இல்லை என்றுதானே அர்த்தம்? பின்னே எப்படி அவரால் நிஜத்தில் அந்த அளவுக்கு உயரமுடியும்?

அம்பானியின் இத்தனை வெற்றிகளுக்கும் முக்கியமான உந்துதல்கள், அவருடைய கனவுகள்தான். மற்றவர்களின் சிந்தனைக்கெட்டாத, பெரிய, மிகப்பெரிய கனவுகளைக் கண்டு, அவற்றை நிறைவேற்றும் முயற்சியிலேயே தன் வாழ்நாளைச் செலவிட்டார் அவர்!

❖ இனிமையாகப் பழகி, எல்லோரையும் கவரும் தன்மை வேண்டும்.

அம்பானியுடன் பழகியவர்கள் எல்லோரும், தவறாமல் குறிப் பிடும் விஷயங்கள் இவை. எப்போதும் சிரித்த முகம், பிரகாசமான கண்கள், கூர்மையான பார்வை, முதல்முறை சந்திக்கிறபோதே, பலகாலம் நெருங்கிப் பழகியதுபோல் எதிராளியின் கைகளைப் பிடித்துக்கொண்டு பேசும் வாஞ்சை; அளவற்ற ஞானம்; ஒவ்வொரு வாக்கியத்தைச் சொன்னபிறகும், 'சரிதானே?' என்று அவர்களிடம் கேட்டு உறுதிப்படுத்திக் கொள்ளும் அக்கறை, அவர்கள் பேசுவதை குறுக்கிடாமல், கவனித்துக் கேட்பது, பின்னர் அதிவேகத்தில் சிந்தித்து முடிவெடுப்பது.

சுருக்கமாகச் சொல்வதானால், யாருடன் பழகினாலும் அவர்கள் மனதில் ஒரு அழுத்தமான இடத்தைப் பிடித்துவிடுவார் அம்பானி. இதனால், வர்த்தகம், தனிப்பட்ட வாழ்க்கை என்று

இரண்டிலும் அவருக்குப் பல நல்ல நண்பர்களின் நேசமும் ஆதரவும் கிடைத்தது!

இதேபோல், தன்னுடைய அலுவலகத்தின் சாதாரண பியூன்கள், கிளார்க்குகளிடம்கூட, இனிமையாகப் பழகக்கூடியவர் அம்பானி!

❖ உங்களுடைய வெற்றிக்கு, உங்களுடன் இணைந்து பணியாற்றுபவர்களும் மிக முக்கியம். ஆகவே, அவர்களை கவனமாகத் தேர்வுசெய்யவேண்டும். அதிகவனமாகக் கையாளவேண்டும்!

தன்னுடைய தொழிலாளர்களைத் தேர்ந்தெடுப்பதில் மிகுந்த அக்கறை காட்டினார் அம்பானி. இதில் சொந்த விருப்பு, வெறுப்புகளுக்குக் கொஞ்சமும் இடம்கொடுக்காமல், அப்போதைய வேலைக்குத் தகுந்த திறமையுடையவர்களையே பணிக்குச் சேர்த்துக்கொள்ளவேண்டும் என்பது அவருடைய கொள்கை.

இதனால், அம்பானிக்கு ஒரு மிகச் சிறந்த தொழிலாளர் படை கிடைத்தது. அதில் அவருக்கு ரொம்பவே பெருமை!

நல்ல திறமையாளர்களைத் தேர்ந்தெடுப்பது ஒருபக்கம் என்றால், அவர்களை எப்படி நடத்துகிறோம், எப்படி வேலை வாங்குகிறோம் என்பது முக்கியமான இன்னொரு பக்கம். அதிலும், அம்பானி சிறப்பாகச் செயல்பட்டார்!

ஒரு குறிப்பிட்ட வேலைக்கு, ஒருவரைத் தேர்ந்தெடுத்து நியமித்தபின், 'இதைச் செய்', 'இப்படிச் செய்', 'அப்படிச் செய்யாதே' என்பதுபோன்ற உத்தரவுகளால் அவர்களை அநாவசியமாகக் கட்டிப்போடுவதில் அம்பானிக்கு எப்போதும் விருப்பமிருக்கவில்லை. ஏனெனில் தன்னிடம் வேலை செய்கிறவர்களை அவர் முழுமையாக நம்பினார். ஆகவே அவர்களுக்கு முழு சுதந்திரம் கொடுத்திருந்தார் அவர். இதனால் தொழிலாளர்கள் தங்கள் பணியில் அதிக சந்தோஷத்துடனும், உற்சாகத்துடனும் ஈடுபட்டார்கள். ரிலையன்ஸின் மொத்த உற்பத்தியும் அதிகரித்தது.

❖ பேச்சைக் குறைத்துக்கொண்டு, உங்கள் திறமைகளை செயலில் காண்பியுங்கள்!

பகவத்கீதையில் சொல்லப்படும் 'கர்மயோகி'யாக வாழ்ந்தவர் அம்பானி. 'செய்யவேண்டும், செய்துகாட்டவேண்டும்' என்பது, அவர் தன் நண்பர்களிடம் அடிக்கடி பயன்படுத்துகிற வாசகம். இதைப் பிடிவாதமாகப் பின்பற்றியதால்தான், அவரது நாற்பது ஆண்டு உழைப்புக்கு சாட்சியாக ரிலையன்ஸின் மகா சாம்ராஜ்யம் நிமிர்ந்து நிற்கிறது.

❖ நம்மிடம் இல்லாத, அல்லது போதாத திறமையை நினைத்து வருந்திக்கொண்டிருப்பதில் எந்தப் பயனும் இல்லை. அது நம்முடைய தொழிலுக்குத் தேவையானது என்றால், எப்படி யாவது அதைக் கற்றுக்கொண்டுவிடவேண்டும். அந்தத் திறமை இல்லாமலும் சமாளிக்கலாம் என்று நினைப்பீர்களானால் அதைப்பற்றிக் கவலைப்படாதீர்கள்.

அம்பானியின் ஆங்கிலம், சுமாரானதுதான். சொல்ல நினைத்த விஷயத்தை சரியாகச் சொல்லிவிடுவார். ஆனால், இலக்கணப் பிழைகளோ, பேச்சில் தடுமாற்றமோ அவ்வப்போது ஏற்படும்.

ஒருமுறை, அவருடைய நண்பர் முர்ளி தியோராவின் மகன் அம்பானியின் இந்த 'உடைந்த' ஆங்கிலத்தைக் கிண்டலடித்துச் சிரித்தான்.

முகத்தில் எந்த அவமான ரேகையும் காட்டாமல், அவனுக்கு பதில் சொன்னார் அம்பானி, ''நன்றாக ஆங்கிலம் பேசுவது என்பது வேறு விஷயம், தொழில் செய்து பணம் சம்பாதிப்பது வேறு விஷயம். என்னுடைய தொழிலுக்குத் தேவையான திறமைகள் என்னிடம் இருக்கிறது. அதுவே எனக்குப் போதும்!''

❖ தயாரிப்புச் செலவைக் குறையுங்கள், தயாரிக்கும் அளவைக் கூட்டுங்கள். லாபம் தானாக அதிகரிக்கும்.

ஆடைத் தயாரிப்பில் இறங்கியது முதல் தற்போது இந்தியாவெங்கும் பரபரத்துக்கொண்டிருக்கும், 'ரிலையன்ஸ் இந்தியா மொபைல்' வரை அம்பானியின் வெற்றிகரமான தொழில் ரகசியம் ஒன்றுதான். ஒரு பொருளைத் தயாரிப்பதற்கான செலவையும், விலையையும் குறைப்பது. அதேசமயம், அதை அதிக எண்ணிக்கையில் உற்பத்தி செய்து விற்பதன் மூலம் லாபத்தையும் அதிகரித்துக் கொள்வது.

உதாரணமாக, சந்தையில் ஒரு நல்ல பேனா பத்து ரூபாய்க்கு கிடைக்கிறது. அதைத் தயாரிப்பதற்கான செலவு எட்டரை ரூபாய்

என்று வைத்துக்கொள்வோம். இப்போது அந்தப் பேனாவை பத்து ரூபாய்க்கு விற்பதன் மூலம், நமக்கு ஒன்றரை ரூபாய் லாபம். மாதத்துக்கு இப்படி ஒரு லட்சம் பேனா விற்றால், ஒன்றரை லட்சம் லாபம்!

இப்போது, அதே பேனாவை, சில சிக்கன மற்றும் மேம்படுத்தல் நடவடிக்கைகளின் மூலம், நாம் எட்டு ரூபாய்க்குத் தயாரிக்கிறோம். ஒன்பது ரூபாய்க்கு விற்கிறோம். ஆகவே, நம்முடைய லாபம், ஒரு பேனாவுக்கு, ஒரு ரூபாய் என்று குறைந்து போகிறது. ஆனால், பத்து ரூபாய் பேனா, இங்கே ஒன்பது ரூபாய்க்கு கிடைக்கிறது என்பதால் அதிக மக்கள் நம் பேனாக்களைத் தேடி வாங்குகிறார்கள். அந்த மாத விற்பனை இரண்டு லட்சம் பேனாக்கள். லாபம் இரண்டு லட்சம் ரூபாய். முன்பைவிட ஐம்பதாயிரம் கூடுதல்!

இங்கே பேனாவுக்கு பதிலாக ஆடை ரகங்கள், செயற்கை இழைகள், வேதிப்பொருள்கள், பெட்ரோலியம் என்று நிரப்பிக் கொள்ளுங்கள். அம்பானியின் வெற்றி ரகசியம் புலப்பட்டு விடும்.

❖ எப்போதும் உயர்தரம். இதில் எந்த சமரசங்களுக்கும் இடம் இல்லை.

குறைந்த விலையில் விற்கப்படுவதால், அம்பானியின் தயாரிப்புகள் எவற்றையும் தரமற்றவை என்று சொல்லி விடமுடியாது. காரணம், தன்னுடைய படைப்புகளின் தரத்தில் அம்பானி எந்த சமரசமும் செய்துகொண்டதில்லை.

அம்பானியின் தொழிற்சாலைகள் அனைத்தும், வெளிநாட்டவர்களும் பார்த்து ஆச்சரியப்படும் அளவுக்கு உலகத்தரத்தில் கட்டமைக்கப்பட்டவை. நவீனத் தொழில்நுட்பம், தரமான மூலப்பொருள்கள், பிசகில்லாத தயாரிப்பு என்று எல்லா நிலைகளிலும் தனது உற்பத்திப் பொருள்களின் சிறப்பான தரத்தை உறுதிசெய்துகொண்டார் அம்பானி. இந்தக் காரணத்தால்தான் ரிலையன்ஸின் தயாரிப்புகள், பல உலக நாடுகளுக்கும் தொடர்ந்து ஏற்றுமதியாகின்றன.

❖ எந்தத் தொழிலானாலும் சரி, அதன் வெற்றி, அதைக்கொண்டு நாம் மக்களுக்கு என்ன நன்மை செய்கிறோம் என்பதில்தான் இருக்கிறது.

''மக்களை சந்தோஷமாக வைத்திருப்பதுதான், ஒரு தொழிலின் வெற்றிக்கு முக்கியம்'', என்று அம்பானி அடிக்கடி சொல்வதுண்டு. ஏனெனில், அவர்கள்தான் உங்களுடைய தயாரிப்புகளை காசு கொடுத்து வாங்கப்போகிறார்கள். அவர்களுக்குத் திருப்தி இல்லையென்றால், எத்தனை பெரிய தொழிலானாலும், சரிந்து விழவேண்டியதுதான்.

இந்த எண்ணம் எப்போதும் அம்பானியின் மனதில் நிரம்பி யிருந்ததால்தான் அவர் தனது வாடிக்கையாளர்கள் மற்றும் முதலீட்டாளர்களின் நன்மையையே தனது முதல் நோக்கமாகக் கொண்டு பணியாற்றினார். மக்களும் அவரைத் தொடர்ந்து ஆதரித்தனர்.

❖ வெளிநாட்டு மோகம் வேண்டாம். அவர்களின் முதலீட்டால் நாம் பிழைப்பதைவிட, அதை நாமே செய்துகொள்ளலாம் என்கிற நம்பிக்கைவேண்டும்!

இந்தியத் தொழில் நிறுவனங்கள், வெளிநாட்டுக் கம்பெனிகளிட மிருந்து முதலீடு பெற்று, தங்களை விரிவுபடுத்திக் கொள்வதுண்டு. ரிலையன்ஸ் எப்போதும் அந்தத் தவறைச் செய்யாது என்பதில் அம்பானி மிகுந்த உறுதியுடன் இருந்தார்!

''நமக்குத் தேவையான தொழில்நுட்பத்தை அவர்களிடமிருந்து விலைக்கு வாங்கிக்கொள்ளலாம். தேவைப்பட்டால், வெளி நாட்டவர்களிடமிருந்து கடன் வாங்கிக்கொள்ளலாம். ஆனால், நம்முடைய கம்பெனியில் அவர்களை முதலீடு செய்ய அனுமதிக்குமளவு, நாம் தாழ்ந்துவிடக்கூடாது'' என்பது அம்பானியின் கொள்கை!

அதேபோல், வெளிநாட்டுத் தயாரிப்புகளை, இந்தியாவில் வாங்கி, விற்பதைக் காட்டிலும், அந்தப் பொருள்களை இங்கேயே தயாரிக்க முயற்சி செய்யவேண்டும் என்று எண்ணினார் அவர். இதனால் அநாவசியமான இறக்குமதியும் குறையும். நம் நாட்டின் தொழில் வளமும் அதிகரிக்கும். தவிர, அவர்களால் ஒரு விஷயம் முடிகிறதென்றால், அது நம்மால் முடியாதா என்ன?

❖ எதுவானாலும், குறித்த நேரத்தில், குறித்த செலவில் செய்து முடிப்பதுதான், உங்கள் தொழிலின்மீது பிறருக்கு நல்ல நம்பிக்கையை உண்டாக்கும்.

பத்தாம் வகுப்புவரையே படித்திருக்கும் அம்பானி, தொழில் துறையில் ஈடுபடத் தொடங்கியபின், சிறந்த மேலாளராக விளங்கினார். தான் எடுத்துக்கொண்ட எல்லா புதிய திட்டங்களையும், சொன்ன நேரத்தில், திட்டமிட்ட செலவில் செய்துமுடிப்பது அவருடைய தனித்தன்மை. ஒருநாள் தாமதத்தையோ, ஒரு பைசா கூடுதல் செலவையோ அவரிடம் பார்க்கமுடியாது!

''கால தாமதமில்லாமல், உரிய நேரத்தில் ஒரு வேலையைச் செய்துமுடிப்பது ரொம்ப முக்கியம். ஆனால், சொன்ன நேரத்துக்கு முன்னதாகவே வேலையை முடித்தால்தான், நான் இன்னும் சந்தோஷப்படுவேன்'' என்று அவர் தனது சக பணியாளர்களிடம் சொல்வதுண்டு.

❖ கௌரவம் பார்க்காமல் எல்லோரிடமும் கலந்து பேசுங்கள், அவர்களிடமிருந்து பல நல்ல தகவல்களும், உதவிகளும் உங்களுக்குக் கிடைக்கும்.

''ஒரு தொழிலில் ஈடுபடலாம், ஈடுபடவேண்டாம் என்று எப்படிக் கணிக்கிறீர்கள்?'' என்று ஒருமுறை கேட்கப்பட்டபோது, ''என் டிரைவரிடம் கேட்டுத் தெரிந்துகொள்வேன்'' என்று பதிலளித்தார் அம்பானி!

வேடிக்கை இல்லை; உண்மையான பதில்தான் அது. தன்னுடைய ஓட்டுநர், உதவியாளர், தோட்டக்காரர், வேலைக்காரர்கள் இப்படி அவர் அன்றாடம் சந்திக்கிற சாதாரண மனிதர்கள் எல்லோரிடமும், நன்கு கலந்து, பேசிப்பழகி, அவர்களுடைய எண்ணங்களைத் தெரிந்துகொள்வார் அம்பானி. ஒரு குறிப்பிட்ட பொருளுக்கு, சந்தையில் எந்த அளவு மதிப்பு இருக்கிறது. அதுபற்றி மக்கள் என்ன நினைக்கிறார்கள் என்பது போன்ற பல விஷயங்களை அறிந்துகொள்ள, அவருடைய இந்தப் பழக்கம் பெரும் உதவியாக இருந்திருக்கிறது.

❖ ''எல்லாவற்றையும், எப்போதும் நான் மட்டும்தான் செய்வேன்'' என்று பிடிவாதம் பிடிப்பது யாருக்கும் நல்லதில்லை. உங்களுடைய சக தொழிலாளிகளை நம்புங்கள். பணிகளைப் பிரித்துக்கொடுங்கள்!

*1986*ம் ஆண்டு இதய அதிர்ச்சிக்கு உள்ளானார் அம்பானி. அதுவரை ரிலையன்ஸ் தொடர்பான எல்லா முக்கியப்

பணிகளிலும் அவரேதான் ஈடுபட்டுவந்தார். ஆனால் இப்போது, அதைத் தொடரமுடியாதபடி டாக்டர்களின் உத்தரவு!

ஆகவே, எந்த வீம்புக்கும் இடம்கொடுக்காமல், தன்னுடைய மகன்கள் இருவருக்கும், தனது பொறுப்புகளைப் பகிர்ந்து கொடுத்தார் அம்பானி. மிக இளைஞர்களான அவர்களின் மீது அம்பானி கொண்ட அந்த நம்பிக்கைதான், ரிலையன்ஸின் அடுத்த பதினைந்து ஆண்டுகளை சிறப்பாகச் செதுக்கியது!

❖ நல்ல நண்பர்களும், உறவுகளும் நம் வெற்றிக்கு அவசியப் படுகிறார்கள். அவற்றை எப்போதும் பாதுகாத்திருங்கள்!

அம்பானியின் தொழில்முறை நண்பர் ஒருவர், அவரைச் சந்திப்பதற்காக பம்பாய் வந்திருந்தார். விமான நிலையத்தில் அவரை வரவேற்று, அழைத்து வருவதற்காக, தன்னுடைய காரை அனுப்புவதாக உறுதி சொல்லியிருந்தார் அம்பானி!

ஆனால், வேறு சில பிரச்னைகளால், அந்தக் கார் உரிய நேரத்துக்கு விமான நிலையம் செல்ல முடியவில்லை.

அந்த நண்பர் இதைப் பெரிதாகப் பொருட்படுத்தவில்லை. ஆனால், அம்பானிக்கு இதனால் மிகுந்த வருத்தமாகிவிட்டது. ஒரு நல்ல நண்பரை அவமானப்படுத்துவதுபோல் நடந்து விட்டதாகக் கருதினார் அவர்.

இந்தத் தவறுக்கு மன்னிப்புக் கேட்கும்வகையில், அந்த நண்பரைத் தனது சொகுசு வாகனத்தில், பம்பாய் நகரைச் சுற்றிப்பார்க்க அனுப்பினார் அம்பானி. இந்த 'திடீர்' சுற்றுலாவுக்குப் பிறகுதான், அவர்கள் சந்தித்து தொழில்முறைப் பேச்சுகளைத் தொடங்கினார்கள்.

தொழில்முறை நண்பர்களானாலும் சரி, தனிப்பட்ட நண்பர் களானாலும் சரி, தங்களுக்காக அம்பானி எதுவும் செய்வார் என்று அவர்கள் எண்ணுமளவு, தன்னுடைய நட்பின் நேசத்தை வெளிக்காட்டுகிறவர் அம்பானி!

❖ நண்பர்களை மட்டுமல்ல, எதிரிகளைக்கூட மறக்காதீர்கள்.

அம்பானியுடன் ஒருமுறை பழகியவர்கள் எவரையும், அவர் அத்தனை சீக்கிரத்தில் மறந்துவிடுவதில்லை. நண்பர்களிடம் அவர் வெளிப்படுத்துகிற அந்நியோன்யம் எல்லோருக்கும்

தெரிந்ததுதான். ஆனால் பலரும் அறியாத விஷயம் அவர் தனது எதிரிகளையும், கலகக்காரர்களையும் கூட, எப்போதும் ஞாபகத்தில் வைத்திருந்தார்!

அம்பானியின் நினைவுத் திறனுக்கு உதாரணமாக ஒரு சின்ன சம்பவத்தைச் சொல்லலாம். ரிலையன்ஸ் நிறுவனம் பங்கு மார்க்கெட்டில் இறங்கியபிறகு, அதன் வருடாந்திரக் கூட்டங்கள் பெரிய மைதானங்களில், ஆயிரக்கணக்கான முதலீட்டாளர்களின் முன்னிலையில் நடைபெற்றன. அத்தனை கூட்டத்தின் இடையிலும், தனக்குப் பரிச்சயமானவர்களைப் பார்த்து, நலம் விசாரிக்கத் தவறமாட்டார் அம்பானி.

அப்படியொரு கூட்டத்தின்போது, கும்பலின் நடுவேயிருந்து யாரோ ஒருவன் ஒரு விஷமமான கேள்வியை வீசினான். அம்பானியையும் ரிலையன்ஸையும் அவமானப்படுத்துகிற நோக்கத்துடன், வேண்டுமென்றே தயாரிக்கப்பட்ட கேள்வி அது.

அப்போது மேடையில் பேசிக்கொண்டிருந்த அம்பானி, கூட்டத்தின் நடுவே உற்றுப் பார்த்தார். அத்தனை முகங்களுக்கு இடையே, தன்னிடம் கேள்வி கேட்டவனை சட்டென்று அடையாளம் கண்டுகொண்டு, அவனைப் பற்றிய விபரங்களை அவர் சொல்லத் தொடங்க, அதைச் சற்றும் எதிர்பார்த்திருக்காத அவன், அப்படியே நடுநடுங்கிப்போய்விட்டான்.

❖ நியாயமான விமர்சனங்களுக்கு பதில் சொல்ல வேண்டியது உங்கள் கடமை. அதேசமயம், அநியாயமாகக் குற்றம்சாட்டுகிறவர்களுக்கு, மவுனத்தையே பதிலாகத் தாருங்கள்.

பத்திரிகைப் பேட்டிகளின்போது, தன்னைப்பற்றி முன்வைக்கப்படும் கருத்துகளுக்கும், விமர்சனங்களுக்கும், அவற்றில் தனக்கு ஒப்புதல் இல்லாவிட்டால்கூட, உரியமுறையில் பதில் சொல்லக்கூடியவர் அம்பானி.

ஆனால், ஒருகட்டத்தில் அம்பானியைப் பற்றிய எதிர்மறைச் செய்திகளையும், கணக்கில்லாத குற்றச்சாட்டுகளையும் பத்திரிகைகள் தொடர்ந்து அள்ளி வீசத் தொடங்கியபோது, அவற்றுக்கு பதில் சொல்வதில் தன்னுடைய நேரம்தான் வீணாகிறது என்பதைப் புரிந்துகொண்டார் அம்பானி. அதன்பின் இதுபற்றி அவர் எந்தப் பத்திரிகையாளருடனும் பேசவில்லை!

''என்மேல் பழி சுமத்துபவர்களைப் பற்றி எந்த வருத்தமும் எனக்கில்லை. என்னுடைய தோல் கனமானது. ஆகவே, விமர்சன அம்புகளால் அதைத் துளைத்து என்னைக் காயப்படுத்த முடியாது'' என்று அவர் சொன்னதுண்டு. இதனால், அவர்மேல் வீசப்பட்ட எந்தக் குற்றச்சாட்டும் அவரைப் பெரிதாக பாதிக்கவில்லை. பழுத்த மரம்தான் கல்லடி படுகிறது என்று நினைத்துக்கொண்டு மௌனமாகத் தன்னுடைய நிறுவன வளர்ச்சியில் கவனம் செலுத்தலானார்.

❖ சில சமயங்களில், பொறுமையின்மைகூட, நல்ல பழக்கம் தான்!

சுபாவத்திலேயே, துறுதுறுப்பான மனிதர் அம்பானி. ஒரே இடத்தில் அதிக நேரம் நிற்கக்கூட முடியாது அவரால். அவர் ஈடுபடும் விஷயங்கள் எதுவானாலும், அவை உடனடியாக நடக்கவேண்டும். பலன்தர வேண்டும் என்று துடிதுடிக்கும் மனிதர் அவர் (''நான் நட்டதும் ரோஜா, இன்றே பூக்கணும்'' என்று ஐஸ்வர்யா ராய் குரலில் வைரமுத்து பாடினாரே, அப்படி!).

ஆனால், இந்தியத் தொழில்துறை அவர் நினைத்ததற்கு நேர் எதிராக இருந்தது. தொழிலில் ஈடுபட்ட ஆரம்ப காலத்தில், அரசாங்கத்தின் ஆமை வேகச் செயல்பாடுகளைப் பொறுத்துக் கொள்ள முடியாமல், மிகவும் தவித்துப்போய்விட்டார் அவர்.

ஆகவே, அரசாங்கத்தின் இந்த காலதாமதங்களை நேர் செய் வதற்காக, தன் தரப்பில் செய்யவேண்டிய விஷயங்களை அதிவிரைவாகவும், முன்னதாகவும் செய்துமுடிக்கிற கூடுதல் சுறுசுறுப்பும், புத்திசாலித்தனமும் அவருக்குப் பழகிவிட்டது. அதாவது, ஒரு விஷயத்தை அனுமதிக்க அரசாங்கம் பத்து நாள் தாமதப்படுத்தும் என்று தெரிந்தால், நமக்கு வேண்டிய தேதிக்குப் பத்து அல்லது பதினைந்து நாள் முன்னதாகவே அந்த விண்ணப்பத்தை அனுப்பிவிட்டு, நாம் வேறு வேலையைப் பார்க்கப்போகலாம். அதன்பின் அரசு அனுமதி வருவதற்கும், நம்முடைய இந்தப் புதிய வேலை தொடங்குவதற்கும் சரியாக இருக்கும்.

❖ தொழில்துறையில் சம்பாதித்த பணத்தை, முடிந்தவரை இங்கேயே மறுமுதலீடு செய்யுங்கள். அது பலமடங்காகத் திரும்பி வரும்.

பாலியெஸ்டர் தயாரிப்பில் கொஞ்சம் பணம் சேர்ந்த பிறகு, அம்பானி சினிமா தயாரிக்கிறேன் என்று கிளம்பிவிடவில்லை. தொழில்துறையில் அவருக்குக் கிடைத்த செல்வம் அனைத்தையும், அவர் மீண்டும் அதிலேயேதான் முதலீடு செய்தார். நல்ல பலன் பெற்றார்!

❖ நாம் நிறைய சம்பாதிக்கிறோம் என்றால் அதற்காக ஆடம்பரமாக செலவு செய்தாகவேண்டும் என்று அவசியமில்லை.

பல தலைமுறைகளுக்குப் போதுமான சொத்துகளைச் சேர்த்த பிறகும்கூட, அநாவசியமான செலவுகளுக்கோ, ஆடம்பரத்துக்கோ கொஞ்சமும் இடம் கொடுக்காதவர் அம்பானி. தனது எளிமையான வாழ்க்கை முறையை, எந்த நிலையிலும் அவர் கைவிடவில்லை. ஐந்து நட்சத்திர ஹோட்டல்களில் தங்கிக் கொண்டு பக்கத்து கேன்டீனிலிருந்து மசால் தோசை வரவழைத்துச் சாப்பிடுகிறவர் அவர்.

❖ எத்தனை உயரத்துக்குச் சென்றபோதும், பழையதை மறக்காதீர்கள். உங்களுக்குச் செய்தவர்களுக்கு, நீங்கள் ஏதேனும் செய்யுங்கள்.

குஜராத் மாநிலம் சௌராஷ்டிராவில் பிறந்த அம்பானி, முதலில் ஏடன், பிறகு பம்பாய் என்று தன்னுடைய சொந்த மாநிலத்தில் இருந்து வெளியே தன் வாழ்க்கையை அமைத்துக்கொள்ளும்படி நேர்ந்துவிட்டது. என்றாலும், அவருடைய இதயம் இங்கேதான் இருந்தது!

நேரம் கிடைக்கும்போதெல்லாம், தனது சொந்த ஊருக்குச் சென்றுவருவது, அங்கிருக்கும் தன்னுடைய சிறுவயதுத் தோழர்களுடனும், இதர கிராமவாசிகளுடனும் கலந்து பழகுவது, பிறந்தநாள் கொண்டாடுவது இதுபோன்ற செயல்களால், அந்த மண்ணின் மைந்தனாகவே வாழ்ந்தார் அம்பானி!

தான் பிறந்து, வளர்ந்த சோர்வாட் மற்றும் குகஸ்வாடா ஆகிய கிராமங்கள், எல்லாவிதமான அடிப்படை வசதிகளையும் பெற்று இந்தியாவின் உதாரண கிராமங்களாக வளரவேண்டும் என்று விரும்பினார் அம்பானி. இந்த இரு கிராமங்களுக்கும் தேவையான குடிநீர் வசதி, பள்ளிகள், மருத்துவமனைகள் போன்றவற்றை அமைத்துத் தருவதற்காக ஆண்டுக்குச் சுமார் 25 லட்சம் ரூபாய்கள் வரை அவர் செலவிட்டதாகத் தெரிகிறது!

இந்த இரு கிராமங்களிலிருந்து யார் பம்பாய்க்கு வந்தாலும், அம்பானியை எளிதில் சந்தித்துப் பேசமுடிந்தது. அவர்களின் குடும்பங்களுக்குத் தன்னால் இயன்ற உதவிகளைச் செய்து கொடுத்தார் அம்பானி. அந்த கிராமத்து இளைஞர்கள் பலருக்கும் ரிலையன்ஸில் நல்ல வேலை கொடுத்தார். சிலர் வெளிநாட்டில் சென்று படிப்பதற்கான ஏற்பாடுகளை செய்து தந்தார். இப்படி இன்னும் பல உதவிகள்!

இதெல்லாம் ஒருபக்கமிருக்க, அம்பானியின் ரிலையன்ஸ், தனது 70% முதலீட்டை குஜராத் மாநிலத்தில்தான் செய்திருக்கிறது என்றால் அது தற்செயலான புள்ளி விபரம் இல்லை. தான் பிறந்த மாநிலத்துக்கு, அம்பானியின் பதில் மரியாதையாகத்தான் இதை நினைக்க முடிகிறது.

❖ உங்கள் வெற்றி, உங்களுக்கு மட்டும் சொந்தமானதில்லை.

2001ம் ஆண்டு எகனாமிக்ஸ் டைம்ஸ் நாளிதழ் வழங்கிய 'வாழ்நாள் சாதனையாளர்' விருதைப் பெற்றுக்கொண்ட அம்பானி, தன்னுடைய உரையின்போது, ''இந்த விருது ஒட்டு மொத்த ரிலையன்ஸ் குடும்பத்துக்கும் வழங்கப்பட்டதாக உணர்கிறேன்'' என்றார். ''ரிலையன்ஸின் ஆயிரக்கணக்கான தொழிலாளர்களுக்கும், அவர்களை வழிநடத்துகிற மேலாளர் களுக்கும், எங்களுக்குத் தொழில்முறையில் உதவும் நண்பர்கள் அனைவருக்கும் எல்லாவற்றுக்கும் மேலாக, எங்கள் மேல் அசைக்கமுடியாத நம்பிக்கை கொண்டிருக்கும் எங்களின் முதலீட்டாளர்களுக்குமான விருது இது. அவர்கள் சார்பாகத் தான் நான் இதைப் பெற்றுக்கொள்கிறேன்.'' என்றார்.

தன்னுடைய வெற்றிகளுக்கு முக்கியமான காரணம், தனக்குப் பின்பலமாக நிற்கும் ரிலையன்ஸ் குடும்பத்தின் ஆதரவுதான் என்பதை அம்பானி நன்கு உணர்ந்திருந்தார். மேற்சொன்னது போல், உரிய சந்தர்ப்பங்களில் அதை வெளிப்படையாகச் சொல்லி நன்றி தெரிவிக்கவும் அவர் மறக்கவில்லை.

❖ ஓய்வு நேரங்களை, உருப்படியாகப் பயன்படுத்துங்கள்.

இந்தியத் தொழில்துறையின் மிகப்பெரிய வெற்றியாளரான அம்பானி, எந்தத் தொழில் அமைப்பிலும் உறுப்பினராக இல்லை என்பது, ஆச்சரியமான விஷயம்!

ஆனால், இந்த விஷயத்தில் அம்பானி மிகத் தெளிவாக இருந்தார். வேலை நேரம் தவிர, மீதமிருக்கிற நேரம் முழுவதும், என்னுடைய குடும்பத்தினருக்குதான். தொழில் அமைப்புகள், கமிட்டிகள், தலைவர், செயலாளர் பதவி என்றெல்லாம் குடுமிபிடிச் சண்டைக்கு எனக்கு நேரமில்லை!

உண்மையில், அம்பானியின் ஓய்வு நேரங்கள் மிக அரிதானவை. ஆனால், அப்படிக் கிடைக்கிற நேரத்தையெல்லாம் தன் குடும்பத்துடன் செலவிட்டார் அவர். ஆண்டுக்கு ஒரு முறை யாவது அவர்களுடன் நீண்ட விடுமுறைப் பயணங்கள் சென்று வந்தார். அவருக்குப் பிடித்த சுற்றுலாத் தலம் மூணாறு (கேரளா)!

❖ உடம்பை வளர்த்தால், உயிர் வளர்க்கலாம்!

ஆரோக்கியமான உடம்பும், சந்தோஷமான குடும்பமும்தான், ஒரு மனிதனின் வெற்றியை உறுதிசெய்யும் காரணிகள் என்று நம்பியவர் அம்பானி!

அன்றாட உடற்பயிற்சியாலும், சமநிலையான உணவுப் பழக்கத்தாலும், தன்னுடைய உடலைக் கட்டுக்கோப்பாக வைத்திருந்தார் அம்பானி. 1986ல் அவர் பலத்த இதய அதிர்ச்சிக் கும் பக்கவாதத்துக்கும் உள்ளானபோது, சிகிச்சைக்குப்பின் ஒரு நடைத்தடி (வாக்கிங் ஸ்டிக்) கூட இல்லாமல் அவரால் பழையபடி சுறுசுறுப்பாக இயங்க முடிந்தது!

❖ எதிலும், எப்போதும் திருப்தியடையாத மனது வேண்டும்! அப்போதுதான் இன்னும், இன்னும் சாதித்துக்கொண்டிருக்க முடியும்!

''நான் நினைத்ததையெல்லாம் செய்து முடித்துவிட்டேன்'' என்கிற திருப்தியுணர்வு அம்பானிக்கு எப்போதும் ஏற்பட்ட தில்லை. அப்படி அவர் நினைத்திருந்தால், அதன்பின் அவரால் எதையும் செய்திருக்கமுடியாது.

ஆகவே, அதீத உயரங்களுக்குச் சென்றபிறகும்கூட, அந்த நிலையையும் தனது பயணத்தின் தொடக்கம் என்றே நினைத்துக் கொண்டார் அம்பானி. ''இன்னும் ரொம்ப தூரம் பயணிக்க வேண்டியிருக்கிறது'' என்ற எண்ணத்துடன், மேலும் மேலும் சாதனைகளைத் தேடிக்கொண்டிருந்த மனது அவருடையது.

பதிமூன்று

''உங்களுடைய இந்த வெற்றிகரமான வாழ்க்கையில், ஏதாவது மனக்குறைகள் உண்டா? இதைச் செய்திருக்கலாம். இப்படி நடந்திருக்கலாம் என்று எதைப் பற்றியாவது இப்போது யோசிக்கிறீர்களா?'' ஒரு பேட்டியில் அம்பானியிடம் இந்தக் கேள்வி கேட்கப்பட்டபோது, அவர் சொன்ன பதில்:

''என்னுடைய தொழிலையும், ரிலையன்ஸ் நிறுவனத்தையும் முன்னேற்றுகிற மும்முரத்தில், சமூக சேவைகளுக்கு என்னால் அதிக நேரம் ஒதுக்கமுடியவில்லை. அதை நினைக்கும் போதுதான் கொஞ்சம் வருத்தமாக உணர்கிறேன்.''

அம்பானி இப்படிச் சொல்வதை அவருடைய தன்னடக்கத்தின் அடையாளமாகவே கருதவேண்டும். ஏனெனில், தனிப்பட்ட முறையிலும் தனது ரிலையன்ஸ் நிறுவனத்தின் வாயிலாகவும், இந்த சமூகத்துக்காக பல நல்ல விஷயங்களைச் செய்திருக்கிறார் அம்பானி.

அதே பேட்டியில் அம்பானி குறிப்பிடுவதுபோல், பல லட்சம் குடும்பங்களின் பொருளாதார ரீதியிலான முன்னேற்றத்துக்கு ரிலையன்ஸின் பங்குகள் உதவியிருக்கின்றன. அதுவே ஒரு பெரிய சமூகசேவைதான்!

அம்பானியின் ரிலையன்ஸ் நிறுவனம் ஆடைத் தயாரிப்பில் தொடங்கி, பலவிதமான தொழில்துறைகளில் கால் பதித்து, நான்கு பிரம்மாண்டமான ஆலைகளை அமைத்ததன் மூலம், நேரடியாகவும் மறைமுகமாகவும் பல்லாயிரக்கணக்கானவர்களுக்கு வேலை கிடைத்திருக்கிறது. இது தவிர, விமல் விற்பனை நிலையங்கள், சமீபத்தில் அறிமுகப்படுத்தப்பட்ட

'ரிலையன்ஸ் இந்தியா மொபைல் ஃபோன்' திட்டம் போன்றவற்றால் இன்னும் பலருக்கு சுயதொழில் தொடங்கும் வாய்ப்புகளை ஏற்படுத்தித் தந்திருக்கிறார் அம்பானி.

குஜராத் மற்றும் மஹாராஷ்டிரா மாநிலங்களின் பல்வேறு பகுதிகளில் கல்வி நிறுவனங்களும் மருத்துவமனைகளும் கட்டப்படுவதற்கான உதவிகளைச் செய்திருக்கிறார் அம்பானி. குறிப்பாக, ரிலையன்ஸின் ஆலைகள் அமைந்திருக்கும் நரோடா, பாதால்கங்கா, ஹஜிரா, ஜாம்நகர் ஆகிய ஊர்களில் அந் நிறுவனமே பள்ளிகளைத் தொடங்கி சிறப்பாக நடத்தி வருகிறது. ரிலையன்ஸ் தொழிலாளர்களின் குடும்பங்கள் மட்டுமின்றி எல்லோரும் இதனால் பயன்பெறுகிறார்கள்.

கல்வித்துறைக்கு அம்பானி செய்துவரும் இன்னொரு மிகப்பெரிய சேவை ஒவ்வொரு ஆண்டும் தன் பெயரில் மாணவர்களுக்கான உதவித்தொகை வழங்குவது. தற்போது இந்தச் சேவை குஜராத், மஹாராஷ்டிரா, கோவா, டையூ, டாமன் ஆகிய பகுதிகளில் வழங்கப்படுகிறது. இங்குள்ள ஒவ்வொரு மாவட்டத்திலும், பத்தாவது மற்றும் பன்னிரண்டாம் வகுப்பில் முதல் மூன்று இடங்களைப் பிடிக்கும் மாணவர்களுக்கு, இரண்டாயிரம் ரூபாயில் தொடங்கி, பதினைந்தாயிரம் ரூபாய் வரை உதவித்தொகை வழங்கப்படுகிறது.

கடந்த 2001ம் ஆண்டு, மும்பையின் 51 மாநகராட்சிப் பள்ளி களில், இலவச கம்ப்யூட்டர் கல்விச் சேவைகளைத் தொடங்கி னார் அம்பானி. இதனால் அறுபத்தெட்டாயிரம் ஏழை மாணவர் கள் பயனடைந்தார்கள்!

1995ம் ஆண்டு தொடங்கப்பட்ட 'திருபாய் அம்பானி அறக்கட்டளை' (DAF – Dhirubhai Ambani Foundation), கல்வி மற்றும் மருத்துவத்துறைகளில் சிறப்பான பணியாற்றி வருகிறது.

இந்த அறக்கட்டளை இரண்டு உலகத் தரத்திலான கல்வி நிறுவனங்களை நடத்துகிறது. ஜாம்நகரில் உள்ள 'திருபாய் பல்கலைக் கழகம்' (அறிவியல் மற்றும் தொழில்நுட்பப் படிப்புகளுக்கானது), காந்திநகரில் உள்ள 'திருபாய் அம்பானி பயிலகம்' (கணினி தொடர்பான படிப்புகளுக்கானது).

இவை தவிர, பென்ஸில்வேனியாவில் உள்ள வார்டன் நிர்வாகவியல் கல்லூரிக்கு நாற்பது லட்சம் டாலர்கள் (நம் ஊர்

மதிப்பில், சுமார் இருபது கோடி ரூபாய்) நன்கொடை அளித்துள்ளார் அம்பானி. புதுமையான சிந்தனைகளுடன், தொழில் துறையில் ஈடுபட விரும்பும் மாணவர்களைப் பயிற்றுவிக்க இந்தத் தொகை பயன்படுத்தப்படும்!

சில ஆண்டுகள்முன் இந்தியாவையே உலுக்கிய குஜராத் பூகம்பத்தின்போது, அம்பானியும் அவரது ரிலையன்ஸ் நிறுவனமும் உடனடியாகக் களத்தில் இறங்கி, மீட்புப் பணிகளில் ஈடுபட்டார்கள். கடும் பாதிப்புக்குள்ளான சில கிராமங்களில் அரசாங்க அதிகாரிகளுக்கு முன்னால், ரிலையன்ஸின் தொழிலாளர்களும் மீட்பு இயந்திரங்களும் சென்று தங்களுடைய பணிகளைத் தொடங்கிவிட்டார்கள்.

பூகம்பத்தால் பாதிக்கப்பட்ட அன்ஜார் என்ற கிராமத்தை ரிலையன்ஸ் தத்தெடுத்துக்கொண்டது. ரிலையன்ஸின் வழக்கமான வேகத்தில் புனரமைப்பு வேலைகள் மும்முரமாக நடைபெற, அடுத்த பதினைந்து நாள்களுக்குள் அந்த கிராமம் புதுப்பொலிவு பெற்றது. வீடிழந்த அனைவருக்கும் மாற்று ஏற்பாடுகளும் மற்ற வசதிகளும் செய்து தரப்பட்டன.

குஜராத் பூகம்பம் பற்றி ஆய்வு நடத்திய நார்வே பல்கலைக் கழகம், தனது அறிக்கையில் ''ரிலையன்ஸின் உதவி மட்டும் இல்லாதிருந்தால், அன்ஜார் கிராமம் மீண்டும் எழுந்து நடமாடுவதற்குக் குறைந்தது மூன்று மாதங்களாவது தேவைப்பட்டிருக்கும்'' என்று குறிப்பிடுகிறது. ''மீட்புப் பணிகளிலும், புதிய கட்டுமானப் பணிகளிலும் ரிலையன்ஸின் தொழிலாளர்களும், மேலாளர்களும் காட்டிய சுறுசுறுப்பையும், வேகத்தையும், இதுபோன்ற சேவைகளில் ஈடுபடும் எல்லா அமைப்புகளும் கற்றுக்கொள்ளவேண்டும்'' என்றும் பாராட்டுகிறது அந்த அறிக்கை!

இதேபோல், மஹாராஷ்டிராவை தாக்கிய வெள்ளத்தின் போதும், அதற்கு நேர் எதிராக, குஜராத்தில் ஏற்பட்ட திடீர் தண்ணீர் பஞ்சத்தின் போதும் அம்பானியின் நேரடி உத்தரவின்கீழ் ரிலையன்ஸின் அதிகாரிகளும் தொழிலாளர்களும் மக்கள் சேவைக்காக விரைந்தார்கள்.

●

அம்பானிக்கு கடவுள் நம்பிக்கை உண்டு. ஆனால், பூஜைகள், விரதங்கள் போன்ற சடங்குகளில் அவருக்குச் சம்மதமில்லை.

தனது குடும்பத்தினர் மற்றும் தன்னைச் சுற்றியுள்ளவர்களின் திருப்திக்காக, தன்னுடைய ஒவ்வொரு ஆலையையும், புதிய திட்டங்களையும் முறைப்படி பூஜை செய்த பிறகே தொடங்கினார் அம்பானி. என்றாலும், அவரைப் பொறுத்தவரை ஆண்டவனுக்குச் செய்யும் சேவையைவிட, சக மனிதனுக்குச் செய்வதுதான் மேலானது.

ஒருமுறை, பிரபல ராமாயணச் சொற்பொழிவாளரான ரமேஷ் பாய் ஓசாவைச் சந்தித்துப் பேசிய அம்பானி, அவருடைய ஆயிரக்கணக்கான பக்தர்கள் படையைச் சுட்டிக்காட்டி, ''உங்களுடைய சீடர்கள் நாள் முழுதும் பஜனைப் பாடல்கள் பாடிக்கொண்டிருப்பதைவிட, சாலைகள் போடுவது, தண்ணீர் விநியோகத்துக்கான குழாய்கள் அமைப்பில் உதவுவது, இப்படிப்பட்ட பொது சேவைகளில் ஈடுபடலாமே'' என்று சொன்னாராம்!

''இந்த தேசத்துக்காக நான் ஏதேனும் செய்ய விரும்புகிறேன்'' என்று அடிக்கடி குறிப்பிட்டவர் அம்பானி. அந்தக் கடமை யுணர்வுடன் அவர் செய்தவற்றின் பட்டியலில், இந்தியத் தொழில்துறையில் அவர் நிகழ்த்திய சாதனைகளுடன், மேற்சொல்லியிருக்கும் சமூக சேவைகளையும் சேர்த்துக் கொள்ளலாம்.

பதினான்கு

வெற்றிகரமான தொழிலதிபராக விளங்கியதுடன், சிறந்த சிந்தனையாளராகவும் அறியப்பட்டவர் அம்பானி. வாழ்க்கையின் ஒவ்வொரு கட்டத்திலும், தான் சந்தித்த ஒவ்வொரு போராட்டத்தையும், சிறிதும் எதிர்மறை எண்ணங்களின்றி, மிகுந்த தன்னம்பிக்கையுடன் அணுகி ஜெயித்தவர் அவர். ஆகவே, அவர் தன்னுடைய அனுபவங்களையும் எண்ணங்களையும் விவரிக்கிறபோது, ஒரு பாடம்போல அதைக் கேட்டுக் கொள்ள முடிகிறது.

பல்வேறு சந்தர்ப்பங்களில், அம்பானி வெளிப்படுத்திய சிந்தனைகளையும் அறிவுரைகளையும் இங்கே தொகுத்துத் தந்திருக்கிறோம். அத்தனையும் திரு(பாய் அம்பானி) வாசகங்கள்!

❖ நம் இளைஞர்கள் ஒவ்வொருவரிடமும் அளவற்ற ஆற்றல் ஒளிந்திருக்கிறது. அவர்களை நன்கு உற்சாகப்படுத்துங்கள். நல்ல சூழ்நிலையையும் வாய்ப்புகளையும் ஏற்படுத்திக் கொடுத்து, அவர்களை முழுமையாக ஆதரியுங்கள். அதன் பின், நீங்கள் எதிர்பார்த்ததைப்போல் பலமடங்கு சிறப்பாகப் பணியாற்றுவார்கள் அந்த இளைஞர்கள்.

❖ நான் எப்போதும் இளைஞர்களை நம்புகிறவன்; உற்சாகப் படுத்துகிறவன். ஏனெனில், அவர்கள் என்னை ஒருபோதும் கைவிடுவதில்லை.

❖ பெரிதாகச் சிந்தியுங்கள், விரைவாகச் சிந்தியுங்கள். எப்போதும், உங்கள் காலத்தைக் காட்டிலும் முன்னோக்கிச் சிந்தியுங்கள்.

❖ உங்களுடைய கனவுகளும் நோக்கங்களும் லட்சியங்களும் யதார்த்தத்திலிருந்து விலகிவிடாமல், கைக்கு எட்டும் தூரத்தில்

இருப்பதுதான் நல்லது. அவற்றை அடைந்த பிறகு அதனினும் பெரிய லட்சியங்களைத் தேடத் தொடங்கலாம்.

❖ என் வாழ்க்கையின் கடந்த காலம், நிகழ்காலம், எதிர்காலம் என்ற இந்த மூன்றுக்கும் பொதுவான விஷயங்கள் உறவுகளும் நம்பிக்கைகளும்தான். என்னுடைய இந்தப் பயணத்தில், நான் சந்தித்த எல்லோரையும், நான் முழுமையாக நம்பினேன். அவர்களும் என்னை நம்பினார்கள். இந்தப் பரஸ்பர நம்பிக்கையால், எங்கள் இருவருக்குமே நல்ல பலன்கள் கிடைத்தன.

❖ தனி மனிதனின் வாழ்க்கைக்கு மட்டுமல்லாது, தொழில் நிறுவனங்களின் வெற்றிக்கும்கூட, இதே உறவுகளும், நம்பிக்கைகளும்தான் அடிப்படையாக அமைகின்றன. ரிலையன்ஸை பொறுத்தவரை, முதலீட்டாளர்கள், வாடிக்கையாளர்கள் என்று எங்களுக்குக் கிடைத்த பல நல்ல உறவுகளும், அவர்கள்மேல் நாங்களும், எங்கள்மேல் அவர்களும் கொண்டிருக்கும் நம்பிக்கையும்தான் இந்த நிறுவனத்தின் வெற்றிக்கு, பலமான அஸ்திவாரமாக அமைந்திருக்கிறது.

❖ தொழிற்சாலைகளையும் யந்திரங்களையும் எப்போதும் நவீனப்படுத்திக்கொண்டே இருக்கவேண்டும். மனிதர்களையும் தான்!

❖ நம்முடைய சமுதாயம் ஏனோ பணக்காரர்களை வெறுக்கிறது. நிறைய பணம் சம்பாதிப்பதை ஒரு பாவம்போல் பார்க்கிறது. பணக்காரர்கள் எல்லோருமே ஏமாற்றிச் சம்பாதிக்கிறவர்கள்தான் என்று நினைக்கிறது. இந்த மனப்பான்மை தொடர்ந்தால் நாம் என்றைக்கும் ஏழைகளாகவே இருந்து விடுவோம்.

❖ பல விஷயங்களைப் படித்து, நிறைய அறிவைச் சம்பாதித்துக் கொள்வது போலவே, பணம் சேர்ப்பதும் நம் கலாசாரத்தின் ஒரு பகுதி. அதனால்தான், நாம் சரஸ்வதியோடு லஷ்மியையும் வணங்குகிறோம்.

❖ மிகப் பெரிய கனவுகள் வேண்டும். மிக உயர்ந்த லட்சியங்கள் வேண்டும். அவற்றை நோக்கிச் செல்வதற்கான ஆழ்ந்த முனைப்பும் ஈடுபாடும் உழைப்பும் வேண்டும். ரிலையன்ஸிடமும் இந்தியாவிடமும் நான் எதிர்பார்ப்பது இவற்றைத்தான்.

❖ இந்தியா ஒரு பொருளாதார வல்லரசாக, உலக அரங்கின் தவிர்க்கமுடியாத பெரும் சக்தியாக உருவாகவேண்டும் என்று நான் விரும்புகிறேன். அதற்கு நாம் என்ன செய்யவேண்டும்?

முதலாவதாக, நம்மிடம் என்னென்ன பிரச்னைகள் இருக்கிறது என்று நாம் புரிந்துகொள்ளவேண்டும். அதைவிட முக்கியம், அவற்றுக்கான தீர்வுகளைக் கண்டறிவது. இதற்கு, நாம் நிறைய படிக்கவேண்டும். பாடப் புத்தகங்களை அல்ல. உலக மார்க்கெட்டை; வளர்ந்த நாடுகள் பயன்படுத்துகிற புதுப்புது விஷயங்களை; உத்திகளை; தொழில்நுட்பங்களை இவை பற்றிய ஞானம்தான் நம் வெற்றிக்கான முதல் படி!

இரண்டாவதாக, நிறையப் பணம் சம்பாதிப்பவர்களை நாம் இழிவுபடுத்தாமல், மதிக்கத் தொடங்கவேண்டும்.

மூன்றாவதாக, நாம் நம்பிக்கையுடன் பழகவேண்டும். இந்தியாவில் இருக்கிற எல்லோரும், சக இந்தியர்களை லேசான சந்தேகத்துடன்தான் பார்க்கிறார்கள். பல நூற்றாண்டுகளுக்கு முன், எந்தத் தலைமுறையிலோ செய்யப்பட்டுவிட்ட இந்த மூளைச் சலவையிலிருந்து, நாம் எப்படியாவது வெளியே வரவேண்டும். சக இந்தியனை நம்பவேண்டும்.

முக்கியமான நான்காவது விதி, உள்ளுவதெல்லாம் உயர்வுள்ளல். எதிலும் பெரிதாக, உயர்தரமாக யோசிக்கவேண்டும். உற்பத்தி செய்யவேண்டும். இதில் எந்த சமரசங்களும் இருக்கக்கூடாது.

❖ எந்தச் சூழ்நிலையிலும், நீங்கள் கொண்டிருக்கும் நம்பிக்கையை இழந்துவிடாதீர்கள். நம்பிக்கையின்மைதான் புதிய முயற்சிகளைத் தடுத்துவிடுகிறது. தாங்கள் செய்வதில் முழு நம்பிக்கை இல்லாதவர்கள்தான், தவறான வழிகளில் ஈடுபடுகிறார்கள். ஆகவே, இந்தியா ஒரு மிகச்சிறந்த நாடாக உருவாகவேண்டுமென்றால், நாம் எல்லோரும், எல்லோரின் மேலும் நம்பிக்கை வைக்கவேண்டும்.

❖ பெரிய பிரச்னைகளையோ, சவால்களையோ, நாம் வாய்ப்புகளாக பார்க்கப் பழகவேண்டும். அவற்றைக் கண்டு பயப்படாமல், பாய்ந்து பற்றிக் கொள்ளவேண்டும். நமக்குச் சாதகமாகப் பயன்படுத்திக்கொள்ளவேண்டும்.

❖ 'இது நடக்காது' என்று நினைத்து எந்த விஷயத்தையும் கை விடாதீர்கள். நீங்கள் நம்பிக்கையோடு போராடுகிறபோது எதிர்மறையான விஷயங்கள்கூட பயந்து விலக, வெற்றி சாத்தியமாகும்!

❖ முயற்சி செய்வதற்கு எப்போதும் தயங்கக்கூடாது. மன தைரியம்தான் நம்முடைய முதல் அடையாளமாக இருக்க வேண்டும்.

❖ 'இந்தத் துறையில் இறங்கி லாபம் சம்பாதிக்கலாம், வா' என்று உங்களை யாரும் அழைக்கப்போவதில்லை. அந்த முதல் அடியை, நீங்களாகத்தான் எடுத்துவைக்கவேண்டும்.

❖ இந்தியாவை மேம்படுத்த, வலுவான ஒரு புதிய கூட்டணி தேவைப்படுகிறது. தொழில்துறையும் அரசாங்கமும் சமூகமும் ஒருங்கிணைந்த ஒரு வெற்றிக்கூட்டணிதான் அது. பரஸ்பர கசப்புகளை மறந்துவிட்டு இந்த மூவரும் இணைந்து பணியாற்றினால், உலகுக்கு நம்முடைய திறமைகளை நிரூபித்துக் காட்டலாம். 'இந்தியா சாதனையாளர்களின் தேசம்' என்று அவர்களுக்கு உரக்கச் சொல்லலாம்.

❖ நம் நாட்டவர்கள் தங்களுடைய சக்தியைத் தாங்களே உணராமல் இருக்கிறார்கள். தங்களுக்குள் ஒளிந்திருக்கும் ஆற்றலை சங்கிலி போட்டுப் பூட்டிவைத்திருக்கிறார்கள். நாம் செய்யவேண்டியதெல்லாம் அந்தச் சங்கிலிகளை உடைத்து எறியவேண்டியதுதான். அதன்பின் வளர்ச்சியும் ஆரோக்கிய மான போட்டியும் உற்பத்தியும் பொங்கிப் பெருக, இந்தியாவின் பொருளாதார நிலை பாய்ச்சல் வேகத்தில் முன்னேறத் தொடங்கிவிடும்.

❖ இதுவரை நாம் சாதித்தவை எல்லாமே இப்போது சரித்திரமாகி விட்டது. ஆகவே, நான் எதிர்காலத்தை மட்டும்தான் நம்பு கிறேன்.

❖ எப்போதும் சிறந்ததையே விரும்புங்கள்; சிறந்ததையே ஏற்றுக்கொள்ளுங்கள். ஒரு பொருள், நீங்கள் எதிர்பார்க்கிற தரத்தில் இல்லையென்றால், தயவுதாட்சண்யம் இன்றி நிராகரித்துவிடுங்கள். இந்த விஷயத்தில் இந்தியத்தரம், உலகத்தரம் என்றெல்லாம் வித்தியாசங்கள் பார்க்கக்கூடாது. 'உயர்ந்த தரம்', இல்லையென்றால் வேண்டவே வேண்டாம்.

❖ நான் எப்போதும், இயந்திரங்களை நம்பி ஒரு தொழிலில் இறங்குவதில்லை. மக்களை, என்னுடைய தொழிலாளர்களை நம்பித்தான் முதலீடு செய்கிறேன்.

❖ யாரும் நுழையமுடியாத ஒரு கானகம். அதைச் சீர்படுத்தி, நடப்பதற்கான பாதைகள் செய்துகொண்டிருக்கிறேன் நான். எனக்காக மட்டுமில்லை, எனக்குப்பின்னே இந்த வழியில் நடக்க விரும்பும் எல்லோருக்காகவும்தான்.

❖ என்னுடைய மிகப்பெரிய எதிரி, நான் அடைந்திருக்கும் இந்த வெற்றிதான்.

❖ நம்பர் 1, நம்பர் 2 என்ற கணக்குகளில் எனக்கு நம்பிக்கை இல்லை. நான் முதல் இடத்தில் இருக்கிறேன் என்றால், சந்தோஷம். அதைத் தாண்டி, இந்த தேசத்துக்காக ஏதேனும் செய்யவேண்டும் நான்.

❖ பணம் சம்பாதிப்பதில் எனக்கு அத்தனை சந்தோஷமா? அதெல்லாம் ஒன்றுமில்லை, ஆனால், என்னையே நம்பி யிருக்கும் என் முதலீட்டாளர்களுக்காகவாவது நான் பணம் சம்பாதித்துதான் ஆகவேண்டும்.

❖ கஷ்டமான விஷயங்களைச் செய்து முடிப்பதில்தான் என்னுடைய மிகப்பெரிய சந்தோஷம் இருக்கிறது. நான் செய்கிற ஒவ்வொன்றிலும், நான்தான் முதலாவதாக இருக்க விரும்பு கிறேன்.

❖ நம்முடைய வெற்றிக்கு நாம் கொடுக்கிற விலை சலசலப்பு கள், பிரச்னைகள், எதிரிகள்.

❖ என் நண்பர்கள், அடிக்கடி கேட்கும் கேள்வி: ''நீங்கள் ஆசைப்பட்டவை அனைத்தையும் சாதித்துவிட்டீர்களா?''

அவர்களுக்கு என்னுடைய மாறாத பதில்: ''இல்லை.'' இன்னும் பலப்பல மைல்கள் பயணிக்கவேண்டியிருக்கிறது.

❖ என் பணியிலிருந்து ஓய்வு பெறுவதைப் பற்றி என்னால் நினைத்துப்பார்க்கக்கூட முடியாது. ஏனெனில், இதை ஒரு 'வேலை'யாக நினைத்துச் செய்தால்தான் என்றேனும் ஒரு நாள் ரிடையராக வேண்டும் என்கிற எண்ணம் வரும்? நான் செய்வதெல்லாம் சந்தோஷமான பொழுதுபோக்குகள்தானே?

அவை என்னில் எந்தச் சுமையையும் உண்டாக்காதபோது, நான் ஏன் ஓய்வுபெறவேண்டும்?

❖ எல்லா இந்திய இளைஞர்களுக்கும் என்னுடைய செய்தி இதுதான்: கனவு காணுங்கள், தைரியமாக உங்களுடைய பணிகளில் ஈடுபடுங்கள். நீங்கள் செய்திருக்கும் தீர்மானங்களை யாரேனும் மாற்ற முயன்றால், அது யாராக இருந்தாலும் சரி, அனுமதிக்காதீர்கள். சிரமமான காலகட்டங்களிலும்கூட, உங்களுடைய லட்சியங்களை மட்டும் மறந்துவிடாதீர்கள். உங்களை எதிர்கொள்ளும் தடங்கல்களையே, வாய்ப்புகளாக மாற்றிக்கொண்டு முன்னேறுங்கள். நீங்கள் வெற்றியடைவது நிச்சயம்!

❖ எதிர்ப்புகள், தோல்விகள், கஷ்டமான சூழ்நிலைகள் வரும்போது கவலைப்படாதீர்கள். இருட்டாக இருக்கும் போதுதான், அதிகம் கனவுகள் காணமுடியும். அதன்பின் அவற்றை நிறைவேற்றுவது சுலபம்.

❖ கனவு காண்பதற்கான தைரியம் உங்களுக்கு உண்டா? ஆம் எனில், நீங்கள் ஜெயிப்பதற்கு ஒரு பெரிய உலகமே காத்திருக்கிறது.

பதினைந்து

அம்பானியின் மகன்கள் முகேஷ் மற்றும் அனில், ரிலையன்ஸின் பிரதம நிர்வாகிகளாகப் பொறுப்பேற்றுக்கொண்ட பிறகு, தனது பரபரப்பான பிஸினஸ் நாள்களிலிருந்து, நிதானமான அணுகுமுறைக்கு மாறிக்கொண்டார் அம்பானி. ஒரு நாளைக்கு இரண்டு அல்லது மூன்று மணி நேரம் மட்டும் தன்னுடைய அலுவலகத்துக்குச் செல்வது, மிக முக்கியமான விஷயங்களில் மட்டும் ஈடுபடுவது, அதற்குரிய ஆலோசனைகளையும், உத்தரவுகளையும் பிறப்பித்துவிட்டு, வீடு திரும்பி விடுவது!

தன்னுடைய தொழில் பணிகளிலிருந்து ஓய்வுபெறுவது என்பதை அம்பானி கனவிலும் எண்ணியதில்லை. என்றாலும், எதிர்பாராமல் அவருக்குக் கிடைத்திருக்கும் இந்த ஓய்வு நேரங்களை, தனது சமூக சிந்தனைகளுக்காகச் செலவிட்டார் அவர்.

அம்பானியின் சொந்த மாகாணமான செளராஷ்டிராவில் தண்ணீர் பிரச்னை ஒரு நெடுநாள் தலைவலியாக இருந்து வந்தது. அதை நிரந்தரமாக சரி செய்யும் வகையில், பக்ரா நங்கல் அணைக்கட்டுபோல் ஒரு பிரம்மாண்டமான அணையைக் கட்டித்தரவேண்டும் என்று விரும்பினார் அவர்.

இதேபோல் கடல் நீரைச் சுத்திகரித்து, குடிநீராக மாற்றி, அதைக் குறைந்த விலையில் மக்களுக்குக் கொண்டு செல்லவேண்டும் என்பது இந்தச் சந்தர்ப்பத்தில் அவர் மனதில் தோன்றிய இன்னொரு கனவுத் திட்டம். ராஜஸ்தான் மாநிலத்தின் பாலைவனங்களை, விளைநிலங்களாக மாற்றுவதற்கு ஏதேனும் செய்யமுடியுமா என்றும் அவர் தீவிரமாக சிந்தித்துக் கொண்டிருந்தார்.

இந்தியாவின் எதிர்காலம் விவசாயத்துறையின் வளர்ச்சியில் இருப்பதாக நம்பினார் அம்பானி. நம் நாட்டின் தொழில் துறையை முன்னேற்றியதுபோல், விவசாயத்துறைக்கும் ஏதேனும் செய்யவேண்டும் என்று அவர் விரும்பியதாக அவருடைய மகன் முகேஷ் அம்பானி குறிப்பிடுகிறார்.

இப்படி ஏராளமான கனவுகளில், அவற்றை நனவாக்கவல்ல திட்டங்களுக்கான சிந்தனைகளில் அம்பானி ஈடுபட்டிருக்க, திடீரென்று அவரை இன்னோர் இதய அதிர்ச்சி தாக்கியது.

2002ம் ஆண்டு, ஜூன் 24ம் தேதி மாலை. மும்பையில், ஸீ விண்ட் (Sea Wind) என்னும் தனது பதினேழு மாடி வீட்டில், எப்போதும்போல் உற்சாகத்துடன் காணப்படுகிறார் அம்பானி. அவருடைய மகன்கள் இருவரும் அலுவலகத்தில் இருக்கிறார்கள்.

பொழுது சாய்ந்தபின், சுமார் ஏழரை மணியளவில், தன் உதவியாளரை அழைத்த அம்பானி, ஏதோ சங்கடமாக உணர்வதாகக் குறிப்பிட்டார். உடனடியாக, அம்பானியின் குடும்ப மருத்துவர் சரத் பாண்டே அழைக்கப்பட்டார்.

டாக்டர் வந்து சோதித்தபோது, அம்பானி மீண்டும் சகஜ நிலைக்குத் திரும்பியிருந்தார். ஆகவே, எல்லோரும் டென்ஷன் குறைந்து, நிம்மதியானார்கள்.

ஆனால், அடுத்த ஒரு மணி நேரத்துக்குள், மீண்டும் அதே பிரச்னையை உணர்ந்தார் அம்பானி. விஷயத்தின் தீவிரத்தை உணர்ந்து, மேல் சிகிச்சைக்காக அவரை உடனே மருத்துவ மனையில் அனுமதிக்க முடிவு செய்யப்பட்டது. மும்பையின் புகழ்பெற்ற பிரீச் கேண்டி மருத்துவமனைக்குக் கொண்டு செல்லப்பட்டார் அம்பானி.

மருத்துவமனை செல்வதற்குள், அம்பானியை மேலும் இரண்டு இதய அதிர்ச்சிகள் தாக்கியிருந்தன. கோமா நிலையில் ஐ.சி.யு.வில் சேர்க்கப்பட்ட அவரைச் சோதித்த மருத்துவர்கள், அவருடைய மூளையில் இரத்த உறைவு ஏற்பட்டிருப்பதாகத் தெரிவித்தனர். தலைமைச் செயலகமே பாதிக்கப்பட்டுவிட்ட தால், உடல் இயக்கங்கள் முற்றிலும் செயலிழந்துவிட்ட சூழ்நிலை.

சிறந்த மருத்துவர்களின் தொடர் கண்காணிப்பின்கீழ் அம்பானியை காப்பாற்றுவதற்கான முயற்சிகள் தொடங்கின. மின் அதிர்ச்சி வைத்தியம் உள்பட பல்வேறு வழிமுறைகள் பரிசீலிக்கப்பட்டன. எத்தனை முயற்சிகள் செய்தும் அம்பானியின் மோசமான உடல்நிலையில் எந்த முன்னேற்றமும் தெரியவில்லை.

அம்பானியின் இதய அதிர்ச்சியும், அதைத் தொடர்ந்த பிரச்னைகளும், நாட்டில் பெரிய சலசலப்பை ஏற்படுத்தியது. பிஸினஸ் பெரும்புள்ளிகளும் அரசியல் தலைவர்களும் நடிகர்களும் இதர கலைஞர்களும் பொதுமக்களும் பிரீச் கேண்டி மருத்துவமனையை நேரிலும், தொலைபேசி மூலமாகவும் சுற்றி வளைத்து, அம்பானியின் உடல்நலம் பற்றி விசாரிக்கத் தொடங்கினார்கள். நாடெங்கும், அம்பானி உடல் நலம் பெறுவதற்கான பிரார்த்தனைகள் நிகழ்த்தப்பட்டன.

கிட்டத்தட்ட 13 நாள்கள், தீவிர சிகிச்சைப் பிரிவில் எமனுடன் போராடிக்கொண்டிருந்த எழுபது வயது திருபாய் அம்பானியின் உடல்நிலை, ஜூலை 6-ம் தேதி இரவு, மீண்டும் மோசமடையத் தொடங்கியது. அன்று, நள்ளிரவுக்குச் சில நிமிடங்கள் முன்னால், அமைதியாக மரணமடைந்தார் அம்பானி.

இந்தச் செய்தி, அம்பானியின் மனைவி கோகிலா பென்னிடம் தெரிவிக்கப்பட்டபோது, கண்ணீர் தோய்ந்த விழிகளுடன் அவர் தன் மகன்களிடம் சொன்னார், ‘‘உங்கள் அப்பா, சொர்க்கத்துக்குச் சென்றுவிட்டார். அதுதான் அவருடைய நிரந்தரமான வீடு. இந்தியாவில் சில கடமைகளை முடித்துவிட்டு வருவதற்காக, அவரை இங்கே அனுப்பிவைத்தார் கடவுள். அந்தக் கடமைகளை நிறைவேற்றியதும், மீண்டும் கடவுள் அவரை அழைத்துக் கொண்டுவிட்டார்.’’

•

அம்பானியின் மரணச் செய்தி, இந்தியாவைப் பெரும் அதிர்ச்சிக்குள்ளாக்கியது. இந்தியத் தொழில்துறை தனது பெருமைக்குரிய தூண்களில் ஒன்றை இழந்துவிட்டது என்று தொழிலதிபர்கள் வருத்தம் தெரிவித்தது. எப்போதும் மனதளவில், மக்களுடன் நெருங்கியே வாழ்ந்த அம்பானிக்குத் தங்களின் இறுதி மரியாதையைத் தெரிவிப்பதற்காக, பொதுமக்கள் அவரது வீட்டில் அலைஅலையாகக் கூடினார்கள்.

மறுநாள் (ஜுலை 7, 2002) நடைபெற்ற திருபாய் அம்பானியின் இறுதி யாத்திரையில், சுமார் இருபத்தைந்தாயிரம் மக்கள் கலந்துகொண்டார்கள். பெரும் தேசத் தலைவர்களுக்கு மட்டுமே கிடைக்கிற கௌரவம் இது. வழியெங்கும் 'அம்பானி அமரராகிவிட்டார்' என்னும் சோகம் கலந்த முழக்கங்கள் எழ, கணக்கற்ற மும்பை பொதுஜனங்களும், வெகுதூரத்திலிருந்து பயணித்து வந்திருந்தவர்களும் மொட்டைமாடிகளிலும், ரயில்வே ஸ்டேஷன் கூரைகளிலும், மர உச்சிகளிலும்கூட உட்கார்ந்துகொண்டு, அம்பானியின் கடைசி தரிசனத்துக்காகப் போராடினார்கள். அம்பானியின் உடல் கிடத்தப்பட்டிருந்த வண்டியிலிருந்து விழும் பூக்களைச் சேகரிப்பதற்குப் பெரிய அடிதடியே நடந்தது.

இவர்களில் யாரும் அம்பானியை நேரில் பார்த்ததில்லை. ஒரு வார்த்தை பேசியதில்லை. ஆனால் நேரடியாகவும் மறைமுக மாகவும் அவர்களின் வாழ்க்கையில் பல நல்ல மாற்றங்களை ஏற்படுத்தியவர் அம்பானி. அப்படிப்பட்டவருக்காக, ஒரு சொட்டுக் கண்ணீரேனும் சிந்தவேண்டும் என்று அவர்கள் திரண்டு வந்திருந்தார்கள்.

பிரபலங்களின் வருத்தம் தோய்ந்த முகங்களைவிட, துக்கம் தாளாமல் நெஞ்சில் அடித்துக்கொண்டு கதறி அழுத, முகம் தெரியாத இந்த மக்கள்தான், அம்பானியின் வாழ்க்கை பயனுள்ளதாகக் கழிந்திருப்பதை உணர்த்தியவர்கள்.

பதினாறு

மும்பை பிரீச் கேண்டி மருத்துவமனையில் அம்பானி உயிருக்குப் போராடிக்கொண்டிருந்தபோதும், ஜூலை 6ம் நாள் இரவு அவர் மரணமடைந்த துயரச் செய்தி கிடைத்தபோதும்கூட, ரிலையன்ஸின் அலுவலகங்களும் ஆலைகளும் வழக்கம்போல் செயல்பட்டுக்கொண்டிருந்தன. அம்பானியின் இரு மகன்களும், ஜூலை 8ம் தேதியே தங்கள் அலுவலகங்களுக்குத் திரும்பி விட்டார்கள்.

''இறுதிவரை கர்மயோகியாக வாழ்ந்து மறைந்தவர் திருபாய் அம்பானி. செய்யும் தொழில்தான் தெய்வம் என்று உறுதியாக நம்பிய அவருக்கு நாம் தரும் மரியாதை, அவர் மிகவும் நேசித்த இந்த நிறுவனத்தை எப்போதும்போல் சிறப்பாகச் செயல்படச் செய்வதுதான்'', என்று ரிலையன்ஸின் சுற்றறிக்கை சொன்னது.

இப்போதும், அதே நோக்கத்துடன்தான் ரிலையன்ஸ் நிறுவனம் முகேஷ் அம்பானி, அனில் அம்பானி ஆகியோர் தலைமையில் வளர்ந்துகொண்டிருக்கிறது. ''திருபாயின் கனவுகளை இனி வரும் தலைமுறைகளுக்கு எடுத்துச்செல்லவேண்டிய பொறுப்பு எங்களுக்கு இருக்கிறது. ரிலையன்ஸை பல நூற்றாண்டுகளுக்கு நிலைத்து நிற்கும் நிறுவனமாக மேம்படுத்துவதன் மூலம், அப்பாவின் ஆசைகளைப் பூர்த்திசெய்வோம்'', என்று சமீபத்திய தொலைக்காட்சிப் பேட்டியொன்றில் குறிப்பிடுகிறார் முகேஷ் அம்பானி.

அம்பானியின் மறைவுக்குப் பிந்தைய, அவரது முதல் பிறந்த தினத்தன்று (2002, டிசம்பர் 28), அவர் நினைவாக, 'ரிலையன்ஸ் இந்தியா மொபைல்' என்ற அம்பானியின் கனவுத் திட்டத்தைத் தொடங்கியது ரிலையன்ஸ். இதற்கான விளம்பரங்கள் அனைத்தும், திருபாய் அம்பானியை முன்னிலைப்படுத்தி செய்யப்

பட்டவை என்றால், மறைந்த பின்னும் மக்களிடையே அவருக்கிருந்த புகழ் மற்றும் வரவேற்பைப் புரிந்து கொள்ளலாம்.

அதே நாளில், அம்பானியின் நினைவாக மத்திய அரசு, சிறப்புத் தபால்தலை ஒன்றையும் வெளியிட்டது.

2003, ஜூலை 6, அம்பானியின் முதல் நினைவு தினத்தன்று, அவருடைய நினைவைப் போற்றும் வகையில் ஏற்பாடு செய்யப்பட்டிருந்த கூட்டமொன்றில், சிறப்பு விருந்தினராக நம் இந்தியக் குடியரசுத் தலைவர் அ.ப.ஜெ.அப்துல் கலாம் அவர்கள் கலந்துகொண்டு பேசினார். ''வாழ்க்கையில் வெற்றியடைய விரும்புகிறவர்கள், சிறிய இலக்குகளை வைத்துக்கொள்ளாமல், எப்போதும் பெரிய இலக்குகளின் பின்னே பயணிக்கவேண்டும் என்று நிரூபித்துக் காட்டியவர் அம்பானி'' என்று பாராட்டிய கலாம், அம்பானியின் வாழ்க்கைச்சாரமாக, இந்த இரண்டு திருக்குறள்களையும் குறிப்பிட்டார்:

வெள்ளத் தனைய மலர்நீட்டம், மாந்தர்தம்
உள்ளத் தனைய(து) உயர்வு.

(நம்மால் முடியும் என்று நம்பவேண்டும், அந்த நம்பிக்கையைப் பொறுத்துதான் உயர்வு ஆற்று வெள்ளத்தின் உயரத்துக்கேற்ப மலர் நீள்வது / குறுகுவதுபோல.)

இடும்பைக் கிடும்பை படுப்பர், இடும்பைக்(கு)
இடும்பை படாஅ தவர்.

(பிரச்னைகள் உங்களைப் பாதிக்க அனுமதித்துவிடாதீர்கள். மாறாக, அந்தப் பிரச்னையைத் தோற்கடிக்கும் வழிவகைகளைத் தேடுங்கள்!)

'ரிலையன்ஸ் டெலிகாம்' மற்றும் 'இன்ஃபோகாம்' மூலமாக, தற்போது தகவல் தொழில்நுட்பத் துறையில் கால் பதித்திருக்கும் ரிலையன்ஸ் நிறுவனம், அடுத்ததாக மின்சாரம், எரிவாயு, பெட்ரோல்/டீசல் போன்றவற்றின் தயாரிப்பு/விநியோகத்தில் ஈடுபட முனைந்துள்ளது.

யார் கண்டது. ரிலையன்ஸ் தொடங்கவிருக்கும் அந்த பெட்ரோல் விநியோக பங்க் ஒன்றில், அடுத்த அம்பானி உருவாகலாம்!

பின்னிணைப்பு

திருபாய் அம்பானிக்குப் பிறகு ரிலையன்ஸ்

திருபாய் அம்பானி மறைவுக்குப் பின்னர் அவரது மூத்த மகன் முகேஷ் அம்பானி ரிலையன்ஸ் குழும நிறுவனங்களுக்கு சேர்மனாகத் தேர்ந்தெடுக்கப்பட்டார். முகேஷ், அனில் இருவருமே நிறுவனத்தின் நிர்வாக இயக்குனர்களாக நியமிக்கப்பட்டிருந்தார்கள்.

திருபாய் அம்பானி மறைந்த அன்று கூட அவரது தொழிற் சாலைகள் மூடப்படவில்லை, தொடர்ந்தே செயல்பட்டது என்று பார்த்தோம். அவரது மறைவுக்குப் பிறகும் ரிலையன்ஸ் மிகவும் வேகமாக வளர்ந்தது.

ரிலையன்ஸ் துணி வியாபாரத்திலிருந்து வெகு தூரம் விலகி ஒருசில முக்கியமான துறைகளில் தன் வேலை செய்து கொண்டிருந்தது. அவை:

1. பெட்ரோலியம் சுத்திகரிப்பு
2. பாலியெஸ்டர் தயாரிப்பு
3. மின்சாரம் உற்பத்தி, விநியோகம்
4. தொலைதொடர்பு, தொலைபேசி இணைப்புகள்
5. பெட்ரோல், எரிவாயு தோண்டி எடுத்தல்
6. பெட்ரோல் விநியோகம், இப்பொழுதுதான் ஆரம்பித்துள்ளது

7. நிதி நிறுவனம்

8. பயோடெக்னாலஜி (உயிரியல் தொழில்நுட்பம்)

இதில் முதல் இரண்டும் திருபாய் அம்பானியின் நேரடி கவனிப்பில் தொடங்கப்பட்டவை. மூன்றாவது – மின்சாரம் உற்பத்தி, விநியோகம் – முதலில் மும்பையைச் சேர்ந்த BSES என்ற நிறுவனத்தில் ரிலையன்ஸ் செய்த முதலீட்டினால் ஏற்பட்டது.

ரிலையன்ஸ் எனர்ஜி

BSES மும்பையில் மின்சாரம் தயாரித்து, விநியோகித்து வந்த நிறுவனமாகும். ரிலையன்ஸ் ஏற்கெனவே ஆகுஉகு நிறுவனத்தில் 43% பங்குகளை வாங்கி வைத்திருந்தது. ஜனவரி 2003ல், திருபாய் அம்பானி மறைவுக்குப் பின்னர் மேலும் சில பங்குகளை வாங்கி BSES-ன் முழு நிர்வாகத்தைத் தன் கைக்குக் கொண்டு வந்தது. அத்துடன் இனிமேல் மின்சாரத் துறையில் தான் செய்யப்போகும் அனைத்து முதலீடுகளும் ஆகுஉகு வழியாகத்தான் இருக்கும் என்றும் சொன்னது. அனில் அம்பானி இந்த நிறுவனத்தின் சேர்மனாக நியமிக்கப்பட்டார். இதனைத் தொடர்ந்து ஜுன் 2003-ல் இந்த நிறுவனத்தின் பெயரை ரிலையன்ஸ் எனர்ஜி என்று மாற்றி வைத்தனர்.

இந்தியா மின்சார விநியோகத்தைத் தனியார்மயமாக்குவதாக முடிவு செய்ததும் ஏற்கெனவே மின்சார உற்பத்தியும், மும்பையில் மட்டும் விநியோகமும் செய்து வந்த ரிலையன்ஸ் எனர்ஜி நாடு முழுவதும் உற்பத்தி, விநியோகம் செய்வதற்காக பெரும் வளர்ச்சியை நோக்கியுள்ளது. மின்சார உற்பத்தி, விநியோகத்தில் இந்தியாவின் நம்பர் ஒன் தனியார் நிறுவனமாக மாற ரிலையன்ஸ் எனர்ஜிக்கு நிறைய வாய்ப்புகள் உள்ளது.

ரிலையன்ஸ் இன்ஃபோகாம்

தொலைதொடர்புத் துறை தனியார்மயமாக்கப்பட்டது 1990களில். அப்பொழுதுதான் முதலில் மொபைல் தொலைபேசிச் சேவையை தனியார் அளிக்க அனுமதி தரப்பட்டது. அந்நிலையில் திருபாய் அம்பானி தொலைதொடர்புத் துறை உரிமங்கள் விலைக்கு வந்தபோது ஏலத்தில் அதிகமான தொகை கொடுக்க விரும்ப வில்லை. இதனால் மிக முக்கியமான நகரங்களும், மாநிலங்களும்

ரிலையன்ஸில் தொலைதொடர்பு நிறுவனத்துக்குக் கிடைக்க வில்லை. மேற்கு வங்கம், பீஹார், வடகிழக்கு மாநிலங்கள் ஆகியவை மட்டுமே ரிலையன்ஸ் கையில் இருந்தன.

1990களின் இறுதியிலும் 2000க்குப் பிறகும் தொலைதொடர்புத் துறை படுவேகமாக முன்னேறியது. மொபைல் சேவையைத் தொடர்ந்து இணைய (இண்டெர்நெட்) வசதிகளைக் கொடுப் பது, கம்பி வழியாகத் தொலைபேசி இணைப்புகளைக் கொடுப்பது, அயல் நாடுகளுக்குத் தொலைபேசி வழியான சேவையைக் கொடுப்பது போன்ற பல தொலைதொடர்பு சேவைகளையும் இந்திய அரசு தனியார்மயமாக்கியது. இந்த நேரத்தில் திருபாய் அம்பானி ரிலையன்ஸ் இதுபோன்ற சேவைகளை வழங்கும் நிறுவனமாக வேண்டும் என்று ஆசைப்பட்டார். இதைச் செயல்படுத்தும் பொறுப்பை முகேஷ் அம்பானி ஏற்றுக்கொண்டார்.

''தபால் அட்டையில் கடிதம் எழுதி அனுப்ப ஆகும் செலவு வெறும் 15 பைசாதான். ஒரு தொலைபேசி அழைப்புக்கும் அதற்கு மேல் செலவாகக் கூடாது'' என்று திருபாய் அம்பானி ஆசைப்பட்டாராம். (அதன்பின் தபால் அட்டைக் கட்டணம் உயர்ந்துவிட்டது என்பது வேறு விஷயம்!) அந்தக் கனவை நனவாக்க உருவாக்கிய நிறுவனம்தான் ரிலையன்ஸ் இன்ஃபோகாம்.

திருபாய் அம்பானி உயிருடன் இருக்கும்போதே ரிலையன்ஸ் இன்ஃபோகாம் WiLL (Wireless in the Local Loop) எனப்படும் கம்பியில்லாத் தொழில்நுட்பம் மூலம் நாடு முழுவதும் தொலைபேசிச் சேவையை அளிக்கும் உரிமத்தைப் பெற்றது. ஆனால் அதனைப் பயன்படுத்தி நாடு முழுவதும் திருபாய் அம்பானி பிறந்த நாளான 22 டிசம்பர் 2002 முதல் மொபைல் தொலைபேசிச் சேவையை அளிக்கத் தொடங்கியது.

ரிலையன்ஸ் சட்டத்தை மீறி இந்தச் சேவையை அளிக்கிறது என்று மொபைல் தொலைபேசிச் சேவையை அளிக்கும் பல கம்பெனிகள் நீதிமன்றத்தில் வழக்குத் தொடுத்தன. வழக்கு முடிவடையாத நிலையில் அரசு தலையிட்டு சில சட்ட மாறுதல்களைக் கொண்டுவந்தது. அதன்படி தனித்தனியாக மொபைல் தொலைபேசிக்கு ஓர் உரிமம், கம்பிவழித் தொலைபேசிக்கு ஓர் உரிமம் என்றில்லாமல் ஒருங்கிணைந்த

உரிமமாக (Unified License) வழங்குவது என்று அரசு முடிவு செய்தது.

ரிலையன்ஸ் இந்த மாற்றத்தை நன்கு பயன்படுத்திக்கொண்டு இன்று பட்டி தொட்டியெங்கும் 'ரிலையன்ஸ் இந்தியா மொபைல்' என்ற பெயரில் தொலைபேசிச் சேவையை அளிக்கிறது. அத்துடன் இதே தொலைபேசி மூலமாக இணைய இணைப்பும் கிடைக்கிறது. இன்று இந்தியாவிலேயே மூன்றாவது பெரிய தொலைபேசி கம்பெனியாக மிகக்குறுகிய காலத்திலேயே வளர்ந்துவிட்டது ரிலையன்ஸ். எந்த நேரமும் இரண்டாம் இடத்தைப் பிடிக்கும் நிலையில் உள்ளது.

மத்திய அரசு நிறுவனமான வி.எஸ்.என்.எல் என்னும் தொலை தொடர்பு நிறுவனம் இணையச் சேவை, அயல் நாடுகளுக்கான தொலைபேசிச் சேவை, செயற்கைக்கோள் மூலமான இணைப்புகள் ஆகியவற்றை வழங்கி வந்தது. இந்த நிறுவனத்தை மத்திய அரசு விற்க முயற்சி செய்தது. அப்பொழுது அதை வாங்க ரிலையன்ஸ், டாடா ஆகியோர் பெருமுயற்சி செய்தனர். கடைசியில் டாடா குழுமம் வி.எஸ்.என்.எல் நிறுவனத்தை வாங்கிவிட்டது. ரிலையன்ஸ் இதனால் மனம் உடைந்து விடாமல் தாமாகவே தேவையான கட்டமைப்புகளைக் கட்டிவிட எண்ணியது. இதற்கு உறுதுணையாக பன்னாட்டு நிறுவனமான FLAG என்னும் செயற்கைக்கோள் மற்றும் உலகலாவிய இணையப் போக்குவரத்து நிறுவனத்தை விலைக்கு வாங்கியது.

மேலும் அமெரிக்கா, பிரிட்டன் ஆகிய நாடுகளிலும் தொலை பேசிச் சேவை, இணையச் சேவையை வழங்கும் உரிமங் களையும் ரிலையன்ஸ் இன்ஃபோகாம் பெற்றுள்ளது. இதன் மூலம் ஆசியாவில் மட்டுமல்லாது உலகத்திலேயே முக்கியமான தொலைதொடர்பு நிறுவனமாக ரிலையன்ஸ் திகழ விரும்புகிறது.

ரிலையன்ஸ் எக்ஸ்புளோரேஷன் அண்ட் புரொடக்ஷன்

பெட்ரோலிய எண்ணெய், எரிவாயு இருக்கும் இடங்களைக் கண்டறிவது, இவற்றை வெளியே எடுப்பது ஆகிய வேலை களைச் செய்யும் இந்நிறுவனமும் திருபாய் அம்பானி மறை வுக்குப் பின்னர்தான் வெளியே பெரிதாகத் தெரிய ஆரம்பித்தது. 2002ம் ஆண்டில் உலகம் முழுவதுமாகக் கண்டெடுக்கப்பட்ட எண்ணெய், எரிவாயு வளங்கள் பொருந்திய நிலங்களில்

மிகப்பெரிய கண்டுபிடிப்பினை கோதாவரி ஆற்றுப்படுகையில் ரிலையன்ஸ் நிகழ்த்தியது. அதைத் தொடர்ந்து இந்தியாவிலும், உலகின் பலபாகங்களிலும் ரிலையன்ஸ் மேலும் பல பெட்ரோலியம், எரிவாயு கண்டுபிடிப்புகளை நிகழ்த்தியதோடு அல்லாமல் அவற்றைத் தோண்டி வெளியே எடுப்பதற்கான வேலைகளில் ஈடுபட்டுள்ளது.

இதுவும் திருபாய் அம்பானியின் கனவான பின்னிணைப்புதான். பெட்ரோலியம் சுத்திகரிப்பில் ஈடுபடும்போது, அதற்குத் தேவையான பெட்ரோலியம் எண்ணெயையும் இப்பொழுது தாங்களே தரையிலிருந்து தோண்டி எடுப்பது. அதைப் போலவே ரிலையன்ஸ் எனர்ஜி அனல் மின்சாரம் தயாரிக்க தமது எரிவாயுவினைப் பயன்படுத்தலாம்.

ரிலையன்ஸ் லைஃப் சயன்சஸ்

ரிலையன்ஸ் குழுமம் 2001-ல் புதிதாகத் தொடங்கிய தொழில் பயோடெக்னாலஜி எனப்படும் உயிரி தொழில்நுட்பம். இந்த நிறுவனம் மூன்று பெரும் துறைகளில் வேலை செய்கிறது. ஒன்று மனித செல்கள் பற்றிய ஆராய்ச்சி; மற்றொன்று தாவரங்களில் இருந்து மருத்துவப் பொருள்களைத் தொகுப்பது; மூன்றாவது நுண்ணுயிரிகள் மூலமாக பிளாஸ்டிக் போன்ற பாலிமர்களைத் தயாரிப்பது, நுண்ணுயிரிகள் மூலமாக தாவர எண்ணெய்களில் இருந்து எரிபொருள் தயாரிப்பது போன்றவை.

ரிலையன்ஸ் கேபிடல்

இது வங்கியல்லாத நிதி நிறுவனம் என்ற பெயரில் வரும். இந்த நிறுவனம் மூலமாக ரிலையன்ஸ், வளர்ந்துவரும் இந்திய நிதித்துறையில் கால்பதிக்க எண்ணுகிறது. இந்த நிறுவனம் மூலமாகக் கடன் கொடுப்பது, டெபாசிட்கள் பெறுவது போன்ற வேலைகளுடன், இன்ஷூரன்ஸ் துறையில் கால்பதிக்கவும் விரும்புகிறது. ரிலையன்ஸ் மியூச்சுவல் ஃபண்ட் என்னும் நிறுவனம் மூலமாக, பரஸ்பர நிதி முதலீடுகளிலும் ரிலையன்ஸ் ஈடுபடுகிறது.

ரிலையன்ஸ் பெட்ரோல் விநியோகம்

2005-ல் ரிலையன்ஸ் இந்தியா முழுவதிலும் பெட்ரோல் விநியோகம் செய்யும் பம்ப்களை அமைக்கத் தொடங்கியது. நாடு

முழுவதுமாக 5,000க்கும் மேற்பட்ட பெட்ரோல் பம்ப்களை அமைப்பது என்று ரிலையன்ஸ் முடிவு செய்துள்ளது.

இந்தத் துறையில் பலத்த போட்டி நிலவுகிறது. அரசு நிறுவனங்களான இந்தியன் ஆயில் கார்பொரேஷன், எச்.பி.சி.எல், பி.பி.சி.எல் போன்றவை ஆழமாக வேர் விட்டு நாடு முழுதும் வளர்ந்திருப்பவை. இவற்றை எதிர்கொள்ளப் புதிதாக உள்ளே வந்திருப்பவை அரசு நிறுவனம் ஓ.என்.ஜி.சி, தனியார் நிறுவனங்களான ரிலையன்ஸ், எஸ்ஸார், திருபாய் அம்பானி ஏமனில் வேலைபார்த்த ஷெல் நிறுவனம் ஆகியவை. இனிதான் ரிலையன்ஸ் எந்த இடத்தைப் பிடிக்கும் என்று பார்க்க வேண்டும்.

உலகின் பாலியெஸ்டர் ராஜா

பிற துறைகளில் கால் பதிக்கும் அதே நேரத்தில், ரிலையன்ஸ் பாலியெஸ்டரை மறந்துவிடவில்லை. இந்தியாவிலேயே மிக அதிக அளவில் பாலியெஸ்டரை உருவாக்கும் நிறுவனமான ரிலையன்ஸ், ஜூன் 2004-ல், ஐரோப்பாவிலேயே மிகப்பெரிய பாலியெஸ்டர் நிறுவனமான ஜெர்மனியைச் சேர்ந்த ட்ரெவிரா (Trevira GmbH) என்னும் நிறுவனத்தை விலைக்கு வாங்கியது. இதனால் உலகில் மிகப்பெரிய பாலியெஸ்டர் நிறுவனமாக ஆகியுள்ளது ரிலையன்ஸ்.

இதைத்தவிர பெட்ரோ கெமிக்கல், சுத்திகரிப்புத் துறையிலும் மேலும் மேலும் வளர்ந்து கொண்டிருக்கிறது ரிலையன்ஸ்.

குடும்பத் தகராறும் சமரசமும்

கிடுகிடுவென்று வளர்ந்த அம்பானி சாம்ராஜ்யத்தில், 2004-ல் புதுப் பிரச்னை ஒன்று கிளம்பியது. சகோதரர்கள் அனில், முகேஷ் இருவருக்குள்ளும் பிரச்னை வளர்ந்தது.

அனில் அம்பானி, உத்தரப்பிரதேசத்தில் ஆட்சி செய்யும் சமாஜ்வாதி கட்சியின் மூலமாக, நாடாளுமன்றத்தின் மாநிலங்கள் அவை உறுப்பினரானது முகேஷ் அம்பானிக்குப் பிடிக்கவில்லை என்றார்கள். அத்துடன் அனில் அம்பானி, முகேஷைக் கலந்தாலோசிக்காமல் உத்தரப்பிரதேசத்தில் பெரிய அளவில் மின் உற்பத்தி செய்யும் தொழிற்சாலைகளை அமைப்பதாகப் பொதுக்கூட்டங்களில் உத்தரவாதம் அளித்திருந்தார். இதுவும் முகேஷைப் பாதித்தது.

அனில் அம்பானி தன் பங்குக்கு, முகேஷ் ரிலையன்ஸ் இன்ஃபோகாம் உருவாக்கப்பட்டபோது, தனக்குக் குறைந்த விலையில் நிறையப் பங்குகளைக் கொடுத்துக்கொண்டார் என்றும் இதனால் ரிலையன்ஸ் பங்குதாரர்களுக்குப் பெருத்த நஷ்டம் ஏற்பட்டுள்ளது என்றும் குற்றம்சாட்டினார்.

அடிப்படைப் பிரச்னை யார் கையில் கன்ட்ரோல் என்பதுதான். முகேஷ், தந்தையின் ஸ்தானம் தனக்குத்தான் என்று நினைத்தார். இளைய சகோதரர் அனில் அதை முற்றிலுமாக ஏற்கவில்லை.

பிரச்னை முற்றியதால் பங்குச்சந்தையில் ரிலையன்ஸ் நிறுவனங் களின் பங்குகள் சரிந்தன.

இதன் விளைவாக, 2006-ல் ரிலையன்ஸ் நிறுவனம் சரிபாதியாகப் பிரிக்கப்பட்டது. ரிலையன்ஸ் இன்டஸ்டிரீஸ், ரிலையன்ஸ் பெட்ரோலியம், எண்ணெய் தோண்டி எடுத்தல், எண்ணெய் ரீடெய்ல் ஆகியவை முழுவதுமாக முகேஷ் அம்பானிக்குச் சென்றன. ரிலையன்ஸ் இன்ஃபோகாம், ரிலையன்ஸ் எனெர்ஜி, ரிலையன்ஸ் கேப்பிடல் ஆகியவை அனில் அம்பானிக்குச் சென்றன. ஒருவர் தொழில் செய்யும் துறையில் மற்றவர் கைவைக்கக் கூடாது என்று ஒப்பந்தமானது.

இந்தத் தீர்ப்பை பங்குச்சந்தை வெகுவாக வரவேற்றது. ரிலையன்ஸ் டெலிகாம் எனும் நிறுவனம், பங்குச்சந்தையில் பட்டியலிடப்பட்டது. ரிலையன்ஸ் பங்குதாரர்கள் அனைவருக் கும் நிறைய லாபம் கிடைத்தது.

என்றாலும் சகோதரர்களுக்கு இடையேயான பிரச்னை, முற்றிலுமாகத் தீரவில்லை.

ஆனால் இந்தப் போட்டியும் ஒருவிதத்தில் நன்மையில் முடிந்த தாகவே நினைக்கலாம். இரண்டு சகோதரர்களும் ஒருவரோடு ஒருவர் போட்டி போட்டுக்கொண்டு வெவ்வேறு துறைகளில் முதலீடு செய்கின்றனர். இதன் விளைவாக நாட்டின் பொருளாதாரத்தில் பெரும் வளர்ச்சி ஏற்பட்டுள்ளது.

<u>குறிப்புகளுக்காக</u>

www.ingramcontent.com/pod-product-compliance
Lightning Source LLC
LaVergne TN
LVHW100359181026
850499LV00037B/524
* 9 7 8 8 1 8 3 6 8 0 4 6 2 *